U0093830

哈福

哈福

1天10分鐘，1口氣學會

—用中文說—
越南語

字母→發音→單字→會話大寶典

附QR碼線上音檔
行動學習·即刷即聽

陳依僑
Nguyen Kim Nga
◎合著

躺著聽
輕鬆開口說
越南語

企業家、投資、經商雇主
越勞、越南配偶、上班族
觀光、導遊必備

哈福

【前言】

輕鬆學好越南語

根據統計，國內持有效居留證的越南人有二十多萬人；大多數為勞工，近年來也有 10 萬多個越南新娘嫁到台灣來，成為台灣的一份子。越南自古和中國淵源頗深，受中國的影響極大，節日習俗上也有過年、端午節、中秋節等。隨著兩地經貿往來的密切，也有不少到越南洽公、商務的人士。有「海上桂林」美稱的下龍灣、蕉風椰影的熱帶風光，也吸引台灣觀光客前往旅遊。能懂些越南語，觀光、經商、工作都能更便利。

能夠融入當地環境、說他們的語言，和他們交朋友，瞭解當地的民情風俗及表達方式，加強與本地人溝通，洽公、溝通更便利，純粹觀光旅遊，也能倍增樂趣。本書為了滿足讀者學習越南語的需求，從字母發音開始介紹，精選基礎會話和單字，以最簡易的句子表達，越南文部分特加上拼音，懂中文就能開口說越南語，易學易懂，可以馬上套用。

家有越南勞工、看護工或越南新住民，會面臨到的情境會話，盡在本書中，看中文或拼音，就能立刻說越南語，完全沒有學習的負擔，開口流利又道地，輕鬆學好越南語。幫助讀者快速學習，達到溝通目的。

本公司出版的外語學習書，不提倡死記硬背的方法，這樣會使學習失去樂趣，效果也會大打折扣。在內容的編排上，本書全部以生活化的內容為主，再配合分門別類的精選單字，讓您更易於理解。另外特別整理「Travel Tips」，收集越南購物、觀光、飲食、風土人情的最新資訊，提供讀者對越南有初步的認識，極富閱讀價值和趣味 。

為加強學習效果，最好能搭配由越南籍謝翠荷老師為我們錄音的線上 MP3，學習純正道地的越南語，有助你掌握實際的發音技巧，加強聽說能力。線上 MP3 內容為中文念一遍、越南語念兩遍，第一遍為正常速度、第二遍念稍慢，請讀者注意錄音老師的唸法，跟著老師的發音覆誦練習，才能講出最標準的語調，反覆練習，自然說出一口純正的越南語。

本書特色～簡易中文注音學習法 會中文就能說越南語

懂中文就會說越南語，阿公、阿婆也能輕鬆開口說。

中文、越南文、中文拼音對照超實用，快速溝通有一套。

越南文不熟沒關係，你指中文、他看越南文嘛也通。

目錄

第二章 時間和天氣

Thời gian và thời tiết

第三章 觀光娛樂

Tham quan giải trí

第四章 飲食

Ăn uống

第五章 溝通和聊天

第六章 感情

Tình cảm

第七章 日常會話

Hội thoại thường ngày

第八章 生活情境

Hoàn cảnh sinh hoạt

入門篇

越南語簡介

越南語是單音節語言，一個音節是一個讀音單位，都有一定的意義。越南語字母是以羅馬系統拼寫，現代越南語是以河內話為標準語，越南語的語音系統包括 19 個子音、11 個母音和 6 個聲調，6 個聲調符號出現在母音的上方或下方。

子音和母音

子音表

	字母	音標
1	b	b
2	m	m
3	p	p
4	ph	f
5	v	v
6	th	t’
7	t	t
8	đ	d
9	n	n
10	x,s	s

	字母	音標
11	d,gi,r	z
12	l	l
13	ch,tr	c
14	nh	ŋ
15	c,k,q	k
16	ng(ngh)	ŋ
17	kh	x
18	g(gh)	r
19	h	h

母音表

	字母	音標
1	i	i
2	ê	e
3	e	ɛ
4	ư	ɯ
5	ơ	ɣ
6	a	ɑ

	字母	音標
7	u	u
8	ô	o
9	o	ɔ
10	â	ɤ
11	ă	ă

聲調介紹

越南語有六個聲調：第一聲為平聲（bằng）、第二聲為玄聲（huyền）、第三聲問聲（hỏi）、第四聲為跌聲（ngã）、第五聲為鋭聲（sắc）、第六聲為重聲（nặng）。

聲調表

調序	越語名	調名	調	調號
1	bằng	平聲	高平	-
2	huyền	玄聲	陽平	`
3	hỏi	問聲	陽上	ˀ
4	ngã	跌聲	陽上	~
5	sắc	鋭聲	陽去陽入	´
6	nặng	重聲	陽去陽入	.

字母表

MP3-2

字母		名稱	
大寫	小寫	越語讀音	音標
A	a	a	ɑ
Ă	ă	á	ă
A	â	ớ	r
B	b	bê	be
C	c	sê	se
D	d	dê	ze
Đ	đ	đê	de
E	e	e	ɛ
Ê	ê	ê	e
G	g	giê	ze
H	h	hát	hat
I	i	i	i
K	k	ca	ka
L	l	e-lơ	ɛlv
M	m	em-mờ	ɛmv

字母		名稱	
大寫	小寫	越語讀音	音標
N	n	en-nờ	ɛnv
O	o	o	ɔ
O	ô	ô	o
Ơ	ơ	ơ	v
P	p	pê	pe
Q	q	cu	ku
R	r	e-rờ	ɛrv
S	s	ết-sì	ɛtsv
T	t	tê	te
U	u	u	u
Ư	ư	ư	w
V	v	vê	ve
X	x	ich-sí	iksi
Y	y	i-dài	izai
		(ì-cờ-rét)	(ikvrɛt)

第一章

問候

Hỏi thăm

何貪

（1）打招呼　Chào hỏi

早和

1	**您好！**	Chào Anh! 早安
2	**大家好**	Xin chào quí vị 伸早威乙
3	**您好嗎？**	Anh có khỏe không? 安各虧空
4	**還好**	Cũng được 共冷
5	**早安**	Chào buổi sáng 早不上
6	**午安**	Chào buổi chiều 早不久

7 晚安 Chào buổi tối
早不惰

---

8 再見 Tạm biệt
單病

---

9 明天見 Ngày mai gặp
囔賣惹

---

10 你的身體好嗎？ Anh có mạnh khỏe không?
安過滿虧空

---

11 謝謝，我很好 Cám ơn, tôi rất khỏe
感俄多仍魁

---

12 好久沒看見你 Lâu quá không thấy anh
老襪空太安

---

13 你吃飽了沒？ Anh ăn no chưa?

安飢呢資

---

14 我吃飽了 Tôi ăn no rồi

多飢呢惹

---

15 你最近工作忙嗎？ Gần đây công việc của anh có bận không?

忍賴公應骨安過甭空

---

16 我最近很忙 Gần đây tôi bận lắm

忍賴多甭浪

---

17 我不太忙 Tôi không bận lắm

多空麥爛

---

18 你要去哪裡？ Anh muốn đi đâu?

安夢勒撈

---

19 你從哪裡來？ Anh từ đâu đến?

安等撈練

---

20 你什麼時候回來？ Chừng nào anh mới về đây?

整腦安麼也來

---

21 有人在家嗎？ Có người ở nhà không?

過扔兒亞空

---

22 你要找誰？ Anh muốn kiếm ai?

安夢跟挨

---

23 你是哪位？ Anh là ai?

安喇挨

---

24 你是哪國人？ Anh là người nước nào?

安喇扔濘腦

---

25 請問你貴姓大名？ Xin hỏi quí danh?

申何為煙

---

26 你在哪裡工作？ Anh làm việc ở đâu?

安覽影兒撈

---

27 **你會說英語嗎？** Anh biết nói tiếng Anh không?

安並諾訂安空

---

28 **你會說中文嗎？** Anh biết nói tiếng Hoa không?

安背諾訂華空

---

29 **我還有事，要先走了** Tôi còn việc, phải đi ngay

多葛引肥勒讓

跟著 MP3 多聽多學，學習效果超強！

(2) 禮貌用語 Từ ngữ lễ phép?

等扔列法

1	請	Mời 麼
2	謝謝	Cảm ơn 感恩
3	對不起	Xin lỗi 申羅
4	請問	Xin hỏi 申和
5	請慢走	Anh đi nhé 安勒業
6	請慢用	Mời dùng 麼展

7	有事嗎？	Có chuyện gì không? 過去以空
8	沒問題	Không thành vấn đề 空坦應咧
9	請稍候	Xin đợi một chút 伸了抹住
10	打擾一下	Làm phiền một chút 覽風抹住
11	不客氣	Đừng khách sáo (=không có chi) 冷看稍（= 空過基）
12	沒關係	Không sao(=không can gì=không hề gì) 空稍 (= 空剛乙 = 空河乙）
13	不好意思	Xin lỗi 申羅

14	麻煩你了	Cảm phiền anh nha 感風安呀
15	拜託你了	Nhờ anh nha 惹安呀
16	歡迎光臨	Hoan nghênh 荒然
17	借過	Cho qua! 左瓜
18	請幫幫忙	Xin giúp giùm 申土永
19	這是我的榮幸	Đây là vinh hạnh của tôi 賴喇因喊骨多
20	乾杯	Cạn chén (=cạn ly) 港降（= 港力）

（3）表達問候　Biểu đạt hỏi thăm

表朗何貪

1	阮先生，您好！	Anh Nguyễn, chào anh! 安營早安
2	請向阮太太問好	Xin cho hỏi thăm chị Nguyễn 申捉何貪己營
3	請向你全家問好	Xin cho hỏi thăm cả nhà 申捉何貪軋亞
4	請向阮爺爺問好	Xin cho hỏi thăm ông nội 申捉何貪喔挪
5	有空請來我家玩	Rảnh rỗi đến nhà chơi 然若練亞惹這

6 **有空來坐** Rảnh rỗi đến chơi
然弱練這

7 **需要幫忙嗎？** Có cần giúp giùm không?
過更用永空

8 **不用了，謝謝你** Được rồi, cảm ơn anh
冷惹甘恩安

9 **我自己來就好，謝謝** Để tôi được rồi, cảm ơn
列多冷惹甘恩

10 **請保重** Xin bảo trọng
申保重

 透過 MP3，用聽覺學習，效果最快！

（4）稱謂用語　Xưng hô dụng ngữ
聲或永扔

1	先生	Ông (=anh) 翁（= 安）
2	小姐	Cô (=chị) 鍋（= 幾）
3	太太	Bà 把
4	丈夫	Chồng (=ông xã) 重（= 翁沙）
5	妻子	Vợ (=bà xã) 否（= 把沙）
6	爸爸	Ba(=bố =cha) 巴（= 播 = 家）

7	媽媽	Má(=mẹ) 罵(=滅)
8	爺爺	Ông nội 喔挪
9	奶奶	Bà nội 把挪
10	外公	Ông ngoại 喔軟
11	外婆	Bà ngoại 把軟
12	哥哥	Anh trai (= anh giai) 安齋(=安崖)

13 姐姐 Chị gái
幾嘎

---

14 弟弟 Em trai (= em giai)
安齋 (= 安崖)

---

15 妹妹 Em gái
安嘎

---

16 嫂嫂 Chị dâu
幾婁

---

17 叔叔 Chú
晝

---

18 嬸嬸 Thím
聽

---

19 伯父 Bác trai(=bác giai)
棒齋 (= 棒崖)

20	伯母	Bác gái 棒嘎
21	舅舅	Cậu 稿
22	舅母	Mợ 模
23	阿姨	Dì 已
24	姨丈	Dượng 穎
25	兒子	Con trai(= con giai) 郭齋 (= 郭崖)
26	女兒	Con gái 郭嘎

27	孫子	Cháu nội trai (=cháu nội giai) 兆挪齋 (= 兆挪崖)
28	孫女	Cháu nội gái 兆挪讓
29	外孫	Cháu ngoại trai (=cháu ngoại giai) 兆軟齋 (= 兆軟崖)
30	外孫女	Cháu ngoại gái 兆軟讓
31	姪兒	Cháu họ trai 兆和齋
32	姪女	Cháu họ gái 兆和讓

33	外甥	Cháu ruột trai 兆日齋
34	外甥女	Cháu ruột gái 兆日讓
35	女婿	Con rể 郭日
36	媳婦	Con dâu 郭周

TRAVEL TIPS

◎地理環境與氣候

越南是一個地形狹長的國家，位於中南半島的東側，境內有三分之一屬於山區，依其地形主要可分為三個部分，北部是紅河三角洲，中部是高原，南部則是著名的湄公河三角洲。

越南氣候屬於熱帶季風型氣候，南部終年溫暖，湄公河三角洲是著名的物產豐富之地，盛產稻米。北部則四季分明，氣候和台灣南部相仿，七月至十月間也有颱風和水災。

（5）人際關係 Quan hệ giao thiệp
望黑要帖

1	同事	Đồng sự 龍剩
2	朋友	Bạn 榜
3	同學	Bạn học 榜賀
4	男朋友	Bạn trai 榜齋
5	女朋友	Bạn gái 榜讓
6	鄰居	Làng xóm(=hàng xóm) 朗社 (= 行社)

7 **老闆** Ông chủ

喔竹

---

8 **員工** Nhân viên

應英

---

9 **房東** Chủ nhà

竹亞

---

10 **房客** Người thuê phòng

扔貼風

植物篇

Bài thực vật

騰伐

中文	越南文	拼音
花	Bông hoa	崩華
草	Cỏ	格
桃花	Bông đào	崩老
蘭花	Bông Lan	崩朗
菊花	Bông cúc	崩貢
荷花	Bông sen	崩箱
茉莉	Bông lài	崩來
玫瑰	Bông hồng	崩哄
百合	Bách hợp	伴何
水仙	Thủy tiên	頹丁
椰子樹	Cây dừa	該惹

竹子	Cây tre	該街
榕樹	Cây đa	該拉
楊柳	Cây dương liễu	該惹流
水稻	Lúa	路
檳榔樹	Cây cau	該高
茶樹	Cây trà(=cây chè)	該柵(=該姐)

(6) 代名詞 Đại từ

來等

1	先生	(Ông) 翁 Anh（哥哥），chị（姐姐），cô（小姐），bạn（朋友）（皆尊稱），mầy，mi，bây，ngươi（皆卑稱）thằng （仔，子，佬，傢伙，廝，徒）（稱小孩、卑輩的稱呼或對同輩的暱稱） (Anh) 安 (chị) 幾 (cô) 鍋 (bạn) 榜 (mầy) 買 (mi) 眉 (bây) 掰 (ngươi) 扔 (thằng) 倘
2	我	Tôi, Mình 多，門
3	他	Anh ấy, anh ta（皆尊稱） hắn, nó（皆卑稱） 安愛 安搭 航 諾
4	她	Chị ấy（皆尊稱）， hắn, nó（皆卑稱） 幾愛 她 航 諾

5	**你們**	các anh（各位哥哥） **槓安**
6	**我們**	Tụi mình, Chúng mình, Chúng ta, Chúng tôi **堆門 中門 中搭 中多**
7	**他們**	Mấy anh ấy（那些哥哥）, mấy chị ấy（那些姐姐）,[tụi ấy, tụi nó, chúng nó（皆卑稱）] **麥安愛 麥幾愛〔堆愛 堆諾 中諾〕**
8	**誰**	Ai **挨**
9	**你的**	Của anh, của chị, của bạn **骨安 骨幾 骨榜**

10 我的 Của tôi (=Của ta=Của mình)

骨多(=骨搭=骨門)

---

11 他的 Của nó (=của anh ấy=của chị ấy)

骨諾(=骨安艾=骨幾艾)

---

12 誰的 Của ai

骨挨

動物篇

Bài động vật

龍否

中文	越南文	拼音
狗	Con chó	郭捉
貓	Con mèo	郭秒
豬	Con heo(=Con lợn)	郭蒿 (= 郭了)
牛	Con bò(=Con trâu)	郭跛 (= 郭朝)
羊	Con dê	郭耶
雞	Con gà	郭壤
鴨	Con vịt	郭飲
鵝	Con ngỗng	郭容
魚	Con cá	郭尬
兔子	Con thỏ	郭駝
馬	Con ngựa	郭扔

鹿	Con nai	郭乃
獅子	Con sư tử	郭生登
老虎	Con hổ	郭活
大象	Con voi	郭唷
熊	Con gấu	郭繞
猴子	Con khỉ	郭奎
小鳥	Con chim	郭今
麻雀	Chim sẻ	今協
燕子	Chim én	今誒
鴿子	Bồ câu	跛高

搭配 MP3 學習效果加倍，發音標準、開口流利！

第二章

時間和天氣

Thời gian và thời tiết

特央亞特定

（1）時間用語　Từ ngữ chỉ thời gian

等仍基持央

1	現在幾點了？	Bây giờ là mấy giờ rồi? 掰啃喇麥啃惹
2	現在是上午十點整	Bây giờ là mười giờ sáng 掰啃喇麥惹上
3	現在是上午十點半	Bây giờ là mười giờ rưỡi sáng 掰啃喇猛啃弱上
4	差十五分就十一點了	Còn mười lăm phút nữa là mười một giờ 葛猛蘭奉能喇猛抹啃
5	十一點又過十分了	Mười một giờ hơn mười phút rồi 猛抹啃何猛奉惹

6 我忘記帶手錶了 Tôi quên đeo đồng hồ

多彎了隴河

---

7 要花多久時間？ Phải dùng bao nhiêu thời gian?

乏永包優特央

---

8 你幾點回來？ Mấy giờ anh mới về đây?

麥唷安麼也賴

---

9 你幾點上學？ Mấy giờ anh đi học?

麥唷安勒好

---

10 我要幾點過來？ Khoảng mấy giờ tôi qua mới được?

狂麥唷多蛙麼冷

搭配 MP3 學習效果加倍，發音標準、開口流利！

11 上班要準時 Phải đi làm đúng giờ

肥勒覽龍者

12 不要遲到 Đừng đến trễ

冷練節耶

TRAVEL TIPS

◎細說越南歷史

由於中南半島自古以來即是多種種族、國家雜處之地，因此紛紛擾擾的戰爭與內鬥也不免發生在越南身上。最早入侵越南，同時統治最久的是中國，之後法國、日本均曾佔領過越南。

1954 年越南以北緯十七度劃分為北越與南越，當時北越由胡志明領導，屬於共產主義國家，後來 60 年代末至 70 年代初，美國為防止南越也遭赤化命運，於是大舉派兵至越南，是為「越戰時期」。後美國因輿論反戰，便撤出越南，至 1975 年，南越也落入共產黨手中，越南於是成為社會主義共產國家。

法國對越南的殖民，影響越南近代較深，至今越南各地仍留存相當多的法式雄偉建築，例如觀光勝地紅教堂，即是出自法國建築師之手。

看時鐘記單字

Xem đồng hồ nhớ từ

先隴河英當

一點	Một giờ	末唷
二點	Hai giờ	嗨唷
三點	Ba giờ	八唷
四點	Bốn giờ	玻唷
五點	Năm giờ	難唷
六點	Sáu giờ	稍唷
七點	Bảy giờ	白唷
八點	Tám giờ	旦唷
九點	Chín giờ	真唷
十點	Mười giờ	猛唷
十一點	Mười một giờ	猛末唷
十二點	Mười hai giờ	猛嗨唷

時間的說法

Cách nói về thời gian

蓋乃否特央

中文	越南文	拼音
上午	Buổi sáng	卜上
中午	Buổi trưa	卜之
下午	Buổi chiều	卜九
晚上	Buổi tối	卜惰

多聽 MP3，熟悉語調！

(2) 今天星期幾？Hôm nay là thứ mấy?

呵乃喇疼麥

1	今天是星期幾了？	Hôm nay là thứ mấy rồi? 呵乃喇疼麥惹
2	今天是星期一	Hôm nay là thứ hai 呵乃喇疼嗨
3	今天是星期二	Hôm nay là thứ ba 呵乃喇疼八
4	今天是星期三	Hôm nay là thứ tư 呵乃喇疼登
5	今天是星期四	Hôm nay là thứ năm 呵乃喇疼難
6	今天是星期五	Hôm nay là thứ sáu 呵乃喇疼少

7	今天是星期六	Hôm nay là thứ bảy 呵乃喇疼白
8	今天是星期日(天)	Hôm nay là chủ nhật 呵乃喇竹影
9	一個星期有七天	Một tuần có bảy ngày 末等過白壤
10	明天是星期幾了？	Ngày mai là thứ mấy? 壤麥喇疼麥
11	明天是星期五	Ngày mai là thứ sáu 壤麥喇疼少
12	昨天是星期四	Hôm qua là thứ năm 呵刮喇疼難

一週七天的名稱

Tên của một tuần

顛骨末等

中 文	越南文	拼 音
星期一	Thứ hai	疼嗨
星期二	Thứ ba	疼八
星期三	Thứ tư	疼登
星期四	Thứ năm	疼南
星期五	Thứ sáu	疼少
星期六	Thứ bảy	疼白
星期日	Chủ nhật	竹影

透過 MP3 用聽覺學習，效果最快！

（3）日期 Ngày tháng

嚷趟

1	今天是幾月幾號？	Hôm nay là ngày mấy tháng mấy? 呵乃喇壤麥趟麥
2	今天是一月一日	Hôm nay là ngày một tháng giêng 呵乃喇壤末趟應
3	今天是二月九日	Hôm nay là ngày chín tháng hai 呵乃喇壤真趟嗨
4	今天是三月八日	Hôm nay là ngày tám tháng ba 呵乃喇壤單趟八
5	今天是四月四日	Hôm nay là ngày bốn tháng tư 呵乃喇壤玻趟登

6 今天是五月五日 Hôm nay là ngày năm tháng năm

呵乃喇壤南趟南

---

7 今天是六月十日 Hôm nay là ngày mười tháng sáu

呵乃喇壤猛趟少

---

8 今天是七月二日 Hôm nay là ngày hai tháng bảy

呵乃喇壤嗨趟白

---

9 今天是八月十五日 Hôm nay là ngày mười lăm tháng tám

呵乃喇壤猛蘭趟旦

---

10 今天是九月十六日 Hôm nay là ngày mười sáu tháng chín

呵乃喇壤猛少趟真

11	今天是十月二十日	Hôm nay là ngày hai mươi tháng mười 呵乃喇壤嗨猛趟猛
12	今天是十一月二十五日	Hôm nay là ngày hai mươi lăm tháng mười một 呵乃喇壤嗨猛蘭趟猛末
13	今天是十二月三十日	Hôm nay là ngày ba mươi tháng mười hai 呵乃喇壤八猛趟猛嗨
14	我的生日是八月二十一日	Sinh nhật của tôi là ngày hai mươi mốt tháng tám 身影骨多喇壤嗨猛末趟旦

 加油！加油！每天都有進步！

15	媽媽的生日是陰曆七月初五	Sinh nhật của má tôi là âm lịch mồng năm tháng bảy 身影骨罵多喇安冷猛南趟白
16	再過三天就是春節了	Còn ba hôm nữa là Tết rồi 葛巴呵能喇電惹

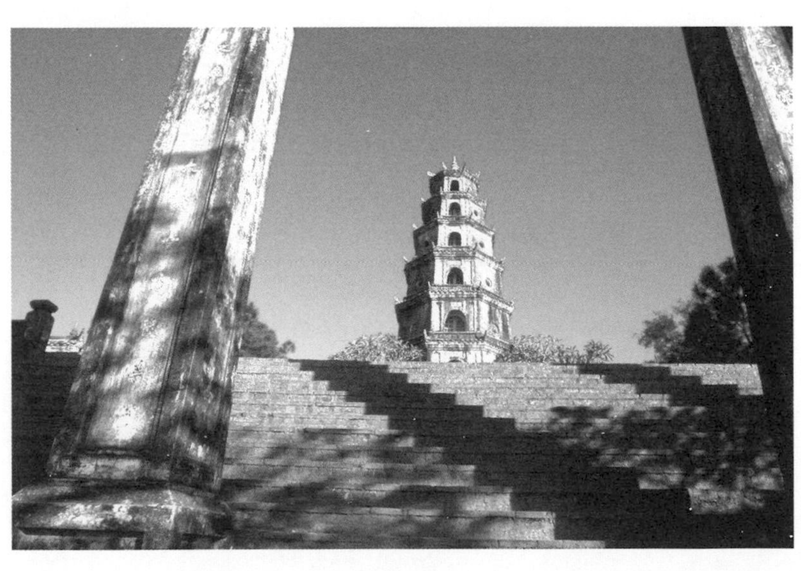

時間的變化

Sự thay đổi của thời gian

史胎羅骨特央

中文	越南文	拼音
去年	Năm ngoái (=năm qua)	南讓 (= 南蛙)
今年	Năm nay	南乃
上個月	Tháng trước	趟正
兩週前	Hai tuần trước	嗨等正
上個禮拜	Tuần trước	等正
三天前	Ba ngày trước	八壤正
昨天	Hôm qua	呵蛙
昨天早上	Sáng hôm qua	上呵蛙
昨天晚上	Tối hôm qua	惰呵蛙
這個禮拜	Tuần này	等乃

今天	Hôm nay (=bữa nay)	呵乃（= 崩乃）
今天早上	Sáng hôm nay	上呵乃
今天晚上	Tối hôm nay	惰呵乃
明天	Ngày mai (=bữa mai)	壤麥（= 崩麥）
明天早上	Sáng mai	上麥
明天晚上	Tối mai	惰麥
後天	Ngày kia (=bữa mốt)	壤個（= 崩末）
下個禮拜	Tuần sau	等少
下個月	Tháng sau	趟少
明年	Năm tới	南德

（4）月份 Tháng

趟

1 現在是一月 Bây giờ là tháng giêng

掰唷喇趟因

---

2 現在是二月 Bây giờ là tháng hai

掰唷喇趟嗨

---

3 現在是三月 Bây giờ là tháng ba

掰唷喇趟巴

---

4 現在是四月 Bây giờ là tháng tư

掰唷喇趟登

---

5 現在是五月 Bây giờ là tháng năm

掰唷喇趟南

---

6 現在是六月 Bây giờ là tháng sáu

掰唷喇趟少

---

7 **現在是七月** Bây giờ là tháng bảy

掰唷喇趟白

---

8 **現在是八月** Bây giờ là tháng tám

掰唷喇趟旦

---

9 **現在是九月** Bây giờ là tháng chín

掰唷喇趟真

---

10 **現在是十月** Bây giờ là tháng mười

掰唷喇趟猛

---

11 **現在是十一月** Bây giờ là tháng mười một

掰唷喇趟猛末

---

12 **現在是十二月** Bây giờ là tháng mười hai

掰唷喇趟猛嗨

（5）關於時間　Quan hệ thời gian
冠和特央

1	今天是禮拜天	Hôm nay là chủ nhật 呵乃喇竹影
2	明天有放假	Ngày mai ngh làm 壞麥瑞覽
3	後天要去旅遊	Ngày kia đi du lịch 壞個勒者冷
4	昨天我遇到黎先生	Hôm qua tôi có gặp anh Lê 呵蛙多過染安列
5	我上午要去買菜	Tôi buổi sáng phải đi mua rau 多卜上防勒睦饒

6	下午可能會下雨	Buổi chiều có thể trời mưa 卜九過帖者模
7	白天的天氣很悶熱	Ban ngày trời nóng nực 榜壤者弄能
8	晚上要去唱卡拉 OK	Buổi tối đi hát Karaoke 卜對勒航尬讓喔給
9	半夜時天氣變冷	Nửa đêm trời trở lạnh 能練者折覽
10	我上個月很忙	Tháng trước tôi bận lắm 趟正多甭爛

跟著 MP3 多聽多學，學習效果超強！

11	我這個月開始學英文	Từ tháng này bắt đầu tôi đi học Anh văn 等趟乃罷老多勒好安楊
12	我下個月要去日本	Tháng sau tôi phải đi Nhật Bản 趟少多肥勒影傍

（6）什麼時候　Chừng nào(=hồi nào =bao giờ)

整脳（= 悔脳 = 包唷）

1　你什麼時候出去？　Chừng nào anh mới đi?

整脳安麼勒

2　你什麼時候回來？　Chừng nào anh mới về?

整脳安麼也

3　你什麼時候上班？　Chừng nào anh mới đi làm?

整脳安麼勒覽

4　你什麼時候下班？　Chừng nào anh tan sở?

整脳安當社

5　你什麼時候放假？　Chừng nào anh ngh làm?

整脳安瑞覽

6　你什麼時候抵達？　Chừng nào anh mới đến?

整脳安麼練

---

7 你什麼時候結婚？ Chừng nào anh mới thành hôn?

整腦安麼坦洪

---

8 你什麼時候畢業？ Chừng nào anh mới tốt nghiệp?

整腦安麼惰忍

---

9 你什麼時候生日？ Chừng nào mới đến sinh nhật của anh?

整腦麼練身影骨安

---

10 你什麼時候起床？ Anh khoảng mấy giờ mới thức dậy?

安狂麥唷麼騰崖

---

11 你什麼時候吃飯？ Anh khoảng mấy giờ mới dùng cơm?

安狂麥唷默詠擱

（7）天氣 Khí hậu 塊好

1 今天天氣怎麼樣？ Hôm nay thời tiết ra sao?

呵乃特定呀稍

---

2 天氣預報怎麼說？ Dự báo thời tiết ra sao?

影報特定讓稍

---

3 天氣真好！ Thời tiết tốt lắm!

特定惰爛

---

4 今天是晴天 Hôm nay trời nắng

呵乃者難

---

5 今天很熱 Hôm nay trời rất nóng

呵乃者仍弄

---

6 今天很冷 Hôm nay trời rất lạnh

呵乃者仍覽

---

7 今天天氣不好！ Hôm nay thời tiết không được tốt lắm!

呵乃特定空冷惰爛

---

8 進入雨季了 Sắp vào mùa mưa rồi

善咬母矇惹

---

9 下雨了 Trời mưa rồi

者矇惹

---

10 冬天會下雪嗎？ Mùa đông có tuyết không?

母龍過航對空

---

11 今天風很大 Hôm nay gió lớn

呵乃唷樂

---

12 今天真涼快 Hôm nay trời mát mẻ

呵乃者盲滅

配合 MP3 活學活用，發揮強大的學習效果！

13	今天真暖和	Hôm nay trời ấm áp 呵乃者庵阿
14	下雨天要帶傘	Trời mưa phải mang theo cây dù 者矇肥盲挑該有
15	最近有颱風來	Gần đây có bão 忍賴過包
16	外面打雷了	Ngoài trời có sấm rồi 軟者過三惹
17	月亮出來了	Mặt trăng lên rồi 莽張練惹
18	明天有寒流來	Ngày mai có hàn lưu đến 壤麥過航露練
19	天氣要轉壞了	Thời tiết sắp trở trời rồi 特定善折者惹

20 天氣要變冷了 Thời tiết sắp trở lạnh rồi

特定善折覽惹

21 天氣要變熱了 Thời tiết sắp trở nóng rồi

特定善折弄惹

22 今天溫度幾度？ Nhiệt độ hôm nay bao nhiêu?

應裸呵乃包優

23 空氣很新鮮清爽 Không khí rất tươi mát, trong lành

空虧仍登忙中覽

24 今天是多雲的陰天 Hôm nay nhiều mây trời âm u

呵乃有買者奄歐

天氣的變化

Kkí hậu thay đổi

愧好胎羅

中文	越南文	拼音
春季	Mùa xuân	母松
夏季	Mùa hạ	母蛤
秋季	Mùa thu	母偷
冬季	Mùa đông	母龍
晴天	Trời nắng	者南
雨天	Trời mưa	者矇
陰天	Trời âm u	者庵歐
打雷	Có sấm	過三
暴風雨	Mưa bão	蒙保
下毛毛雨	Trời mưa lấm tấm(濛濛細雨) (= mưa bụi = mưa phùn(皆毛毛雨) 者矇爛但 (= 矇卜 = 矇風)	

颱風	Bão bùng	保崩
起風	Trở gió	折嘍
起霧	Sương mù	生某
結霜	Kết sương	跟生
下冰雹	Mưa đá	矇臘
下雪	Mưa tuyết	矇對
寒流	Hàn lưu (=luồng khí lạnh)	航露 (= 隴愧覽)
融雪	Tuyết tan	對當
彩虹	Cầu vồng	稿永
冷	Lạnh	覽
熱	Nóng	弄
溫暖	Ấm áp	暗阿
涼快	Mát mẻ	盲滅
乾燥	Khô ráo	柯繞

(8) 數字　Chữ số(=con số)
正碩 (= 郭碩)

1	0	không 空
2	1	một 抹
3	2	hai 嗨
4	3	ba 巴
5	4	bốn 播
6	5	năm 南

7 6 sáu

少

---

8 7 bảy

白

---

9 8 tám

旦

---

10 9 chín

真

---

11 10 mười

猛

---

12 11 mười một

猛抹

---

13 12 mười hai

猛嗨

---

14 13 mười ba

猛巴

---

15 14 mười bốn

猛播

---

16 15 mười la

猛藍

---

17 16 mười sáu

猛少

---

18 17 mười bảy

猛白

---

19 18 mười tám

猛旦

---

20 19 mười chín

猛真

---

21 **20** Hai mươi

嗨朦

---

22 **30** Ba mươi

巴朦

---

23 **40** Bốn mươi

播朦

---

24 **45** Bốn mươi lăm

播朦藍

---

25 **50** Năm mươi

南朦

---

26 **55** Năm mươi lăm

南朦蘭

---

27 **60** Sáu mươi

少朦

---

28 70 Bảy mươi

白矇

---

29 80 Tám mươi

旦矇

---

30 90 Chín mươi

真矇

---

31 100 Một trăm

抹沾

---

32 200 Hai trăm

嗨沾

---

33 500 Na trăm

南沾

---

34 1000 Một nghìn(=một ngàn)

抹稔 (= 抹壤)

---

35 10000 Mười nghìn(= mười ngàn)
猛忍 (= 猛壤)

---

36 53 歲 Năm mươi ba tuổi
南矇巴對

---

37 180 號 Số một trăm tám mươi
碩抹詹旦矇

---

38 2003 年 Năm hai không không ba
南嗨空空巴

---

39 一萬盾 Mười nghìn đồng (=mười ngàn đồng)
猛忍隴（= 猛壤隴 ）

---

40 兩百盾 Hai trăm đồng
嗨詹隴

---

41 十公斤 10 kg (=Mười ki-lô-gam)

猛給(= 猛給- 羅- 冉)

---

42 一千公里 Một nghìn ki-lô-mét(=một nghìn cây số)

抹稔給- 羅- 滅(= 抹稔概碩)

---

43 三十分鐘 Ba mươi phút

巴矇奉

配合 MP3 活學活用，發揮強大的學習效果！

國家篇

Bài quốc gia

甕呀

中文	越南文	拼音
越南	Việt Nam	影南
台灣	Đài Loan	來亂
美國	Nước Mỹ	能沒
英國	Nước Anh	能安
法國	Nước Pháp	能法
德國	Nước Đức	能愣
西班牙	Tây Ban Nha	呆幫呀
義大利	Nước Ý	能壹
日本	Nhật Bản	影榜
韓國	Nước Hàn Quốc	能航國

中國	Trung Quốc	中國
泰國	Thái Lan	太朗
馬來西亞	Mã Lai Xi A	痲來西阿
新加坡	Xanh-Ga-Po	身尬玻

第三章

觀光娛樂

Tham quan giải trí

貪王才基

（1）交通 Giao thông 要通

1	我要叫計程車	Tôi muốn kêu xe tắc-xi 多猛苟些當西
2	請開後頭行李箱	Xin mở giùm cốp hành lý đằng sau 申模永各罕淚朗稍
3	這是我要去的地址	Đây là địa chỉ tôi muốn đi 賴喇理基多夢勒
4	我要到中央酒店	Tôi muốn đến nhà hàng Trung Ương 多夢練亞航中恩
5	請載我到這裡	Xin chở tôi đến chỗ này 申折多練著乃

6	請停在這裡	Xin dừng tại đây 申等台賴
7	幫我叫部車好嗎？	Xin kêu xe giùm tôi được không? 申苟些永多冷空
8	往前直走	Hướng đằng trước đi thẳng 橫朗正勒堂
9	下一個紅綠燈往右轉	Đến cái đèn xanh đèn đỏ sau quẹo phải 練概兩山兩羅稍怪乏
10	到了，請叫我一聲	Đến nơi xin kêu giùm một tiếng 練呢申苟永抹定

11	我要搭地鐵	Tôi muốn đáp xe điện ngầm 多夢欄些領染
12	我要搭火車	Tôi muốn đáp xe lửa 多夢爛些冷
13	我要去車站	Tôi muốn ra bến xe 多夢呀便些
14	我要去機場	Tôi muốn đến sân bay 多夢練生掰
15	我要去內牌機場	Tôi muốn đến sân bay Nội Bài 多夢練生百挪百
16	我要到胡志明市	Tôi muốn đến Sài Gòn 多夢練骰惹

17 我要到順化 Tôi muốn đến Huế

多夢綀茴

18 我要到海防 Tôi muốn đến Hải Phòng

多夢綀還風

19 我要到河內 Tôi muốn đến Hà Nội

多夢綀哈挪

20 我要到峴港 Tôi muốn đến Đà Nẵng

多夢綀喇南

21 我要坐渡輪 Tôi muốn đi phà

多夢立法

22 我要去自由街 Tôi muốn đến đường Tự Do

多夢綀冷等唷

23 我迷路了 Tôi bị lạc đường rồi

多北朗冷惹

24 **你可以幫我嗎？** Anh giúp giùm tôi được không?

安用永多冷空

---

25 **有多遠？** Còn bao xa?

葛包沙

---

26 **要花多久時間？** Phải tốn bao nhiêu thời gian

肥多包有特央

---

27 **要多少錢？** Phải cần bao nhiêu tiền?

肥跟包有頂

---

28 **你可以帶我去嗎？** Anh dẫn tôi đi được không?

安營多勒冷空

配合 MP3 活學活用，發揮強大的學習效果！

交通工具篇

Bài phương tiện giao thông

風頂要通

中文	越南文	拼音
飛機	Máy bay	麥掰
計程車	Xe tắc-xi	些當西
火車	Xe lửa	些冷
地鐵	Xe điện ngầm	些領染
汽車	Xe hơi	些喝
公車	Xe ô-tô-buýt	些喔 - 的 - 笨
卡車	Xe tải	些代
摩托車	Xe hon đa (=xe máy)	些豁拉 (= 些賣)
腳踏車	Xe đạp	些覽
輪船	Tàu thủy	島頹

（2）住宿 Quán trọ 望折

1	我要訂房間	Tôi muốn đặt phòng 多夢朗風
2	我要單人房間	Tôi muốn phòng một người 多夢風抹扔
3	我要雙人房間	Tôi muốn phòng hai người 多夢風嗨扔
4	住一天多少錢？	Ở một ngày bao nhiêu tiền? 兒抹壞包優頂
5	我要住 5 天，算我便宜點	Tôi muốn ở năm ngày, tính rẻ một chút 多夢兒南壞鄧爺抹晝

6 哪裡有便宜點的飯店？ | Ở đâu có khách sạn rẻ một chút ?

兒撈過看賞爺抹晝

---

7 我要安靜點的房間 | Tôi muốn ở căn phòng yên tĩnh một chút

多夢兒剛風英等抹朱

---

8 請問 306 號房在哪裡？ | Xin hỏi phòng ba không sáu ở đâu?

申何風巴空少兒撈

---

9 請問緊急出口在哪裡？ | Xin hỏi lối thoát ở đâu?

申何燃了貪兒撈

10	哪裡可以洗澡？	Nhà tắm ở đâu? 亞旦兒撈
11	哪裡可以洗衣服？	Giặt quần áo ở đâu? 眨穩傲兒撈
12	洗手間在哪裡？	Nhà vệ sinh ở đâu? 亞爺生兒撈
13	明天 8 點請叫我起床	Ngày mai sáng tám giờ xin đánh thức? 壤麥上旦唷申爛騰多
14	幫我把行李搬上去	Xách hành lý lên lầu giùm tôi 善喊類臉老永多
15	我要按摩服務	Tôi cần phục vụ đấm bóp 多梗風福爛播

16	我要洗桑拿浴	Tôi muốn tắm sauna 多夢淡稍拿
17	洗衣袋內的衣服要送洗	Quần áo trong giỏ đó muốn đem đi giặt 穩傲中嘍樂夢連勒養
18	我要結帳退房間	Tôi muốn trả phòng 多夢雜風

（3）觀光 Tham quan 貪官

1	我要去下龍灣	Tôi muốn đi Hạ Long 多夢勒哈龍
2	我要去逛行桃街	Tôi muốn đi dạo phố Hàng Đào 多夢勒咬佛喊老
3	我要去動物園	Tôi muốn đi vườn bách thú (=sở thú) 多夢勒影半透（= 捨透）
4	我要去水族館	Tôi muốn đi tiệm cá cảnh 多夢勒丁嘎敢
5	我要去參觀博物館	Tôi muốn đi tham quan viện bảo tàng 多夢勒貪官影保檔

6	我要去逛夜市	Tôi muốn đi chơi chợ đêm 多夢勒這者練
7	我要去參觀寺廟	Tôi muốn đi tham quan chùa miếu 多夢勒貪官主謬
8	我要去看古蹟	Tôi muốn đi xem Củ Chi 多夢勒先古幾
9	我要去公園	Tôi muốn đi công viên 多夢勒工應
10	我要去胡志明陵	Tôi muốn đi lăng Bác Hồ 多夢勒朗棒火
11	我要去海邊玩	Tôi muốn đi bãi biển chơi 多夢勒白並這

12 我要去散步　　Tôi muốn đi tản bộ

多夢勒檔跛

TRAVEL TIPS

◎瞄準越南現況

越南在 1975 年南越落入共產黨手中後，即成為社會主義共產國家，首都是河內，但國內第一大城則是擁有 450 萬人的胡志明市。

由於越南過去經年累月的戰火，加上共產主義較不重視民生建設，因此越南的公共設施普遍落後，至 1986 年經濟改革之後，越南才逐漸擺脱貧窮的命運。而台灣則在「南向政策」的鼓勵下，也開始到越南投資設廠，現在雙方之間的經貿關係日趨密切。

越南本是以農立國，在開放農業私有化後，越南更一躍成為世界的第二大稻米出口國，而稻米、茶葉、咖啡和腰果，都是越南的主要出口農產品。

越南的信仰自由，有百分之五十三信仰佛教，信仰天主教者則佔百分之四十，道教百分之六，另外還有基督徒與回教徒等。

逛街即景—購物篇

Bài Dạo phố-Mua đồ

拜咬佛—母羅

中文	越南文	拼音
洋房	Nhà tây	亞呆
大廈	Tòa nhà	多亞
公園	Công viên	工應
醫院	Bệnh viện	扁影
圖書館	Thư viện	疼影
學校	Trường học	整火
麵包店	Tiệm bánh mì	頂半美
超市	Siêu thị	修梯
書店	Hiệu sách	候善
百貨公司	Công ty bách hóa	工堆半話
西藥房	Nhà thuốc tây	亞痛代

郵局	Bưu cục	不共
市場	Chợ	者
工廠	Công xưởng (=nhà máy)	工繩(= 亞賣)

TRAVEL TIPS

◎品嚐南洋風味美食

越南以農立國，所以稻米也是其主食，越南菜和中國菜有些相似，但口味比較清淡，越南雖然也屬於東南亞，但是菜餚的烹飪上則不似鄰國泰國、馬來西亞，那麼強調香料的氣味，越南菜的特色就是儘量保持原汁原味，也很少用煎或炸，所以當地的青菜多半以生菜的方式食用。

越南菜有許多著名料理，是相當值得饕客們嚐嚐看的，例如越南招牌菜越式春捲、甘蔗蝦、牛肉河粉、糯米雞等。自從越南東家羊肉爐在台灣聲名大噪後，到越南享用個道地的羊肉爐，也是許多觀光客的首選呢！

有一種越南人喜愛的點心，是許多觀光客敬而遠之的料理，那就是鴨仔蛋，顧名思義，那是尚未孵化完全的鴨蛋煮熟而成的，通常會放在桌上一旁當作小菜，奉勸沒有膽子的人，可別隨便拿桌上的蛋來吃喔！

(4)娛樂　Giải trí

亞基

1 我要去看戲　Tôi muốn đi coi hát

多夢勒郭行

2 我要去看嘲劇　Tôi muốn đi coi hát chèo

多夢勒郭行角

3 我要去看從劇　Tôi muốn đi coi hát tuồng

多夢勒郭行懂

4 我要去看改良劇　Tôi muốn đi coi hát cải lương

多夢勒郭行改龍

5 我要去看歌劇　Tôi muốn đi coi ca kịch

多夢勒郭尬跟

6	我要去看木偶戲	Tôi muốn đi coi kịch múa rối 多夢勒郭跟木弱
7	我要去看話劇	Tôi muốn đi coi kịch nói 多夢勒郭跟諾
8	我要去聽音樂會	Tôi muốn đi coi ca nhạc 多夢勒郭嘎養
9	我要去聽廣播劇	Tôi muốn nghe kịch phát thanh 多夢業跟法貪
10	到哪裡買票？	Đến đâu mua vé? 練撈模業
11	我要買兩張電影票	Tôi muốn mua hai tấm vé xem phim 多夢模嗨淡業先紛

12	我要買 1 張門票	Tôi muốn mua một tấm vé 多夢模抹淡業
13	幾點開始表演？	Mấy giờ mới bắt đầu biểu die ? 賣唷麼棒老表營
14	今晚有什麼節目？	Tối nay có tiết mục gì không? 惰乃過定孟以空
15	我要先訂位子	Tôi muốn đặt cho ngồi trước 多夢朗著正
16	這裡可以拍照嗎？	Ở đây được chụp hình không? 兒賴冷主很空
17	傳統地方舞蹈很精彩	Vũ đạo truyền thống địa phương rất hay 由老景痛李風仍嗨

娛樂表演

Biểu diễn giải trí

表營亞基

中文	越南文	拼音
嘲劇	Hát chèo	行腳
從劇	Hát tuồng	行懂
改良劇	Cải lương	改龍
木偶戲	Múa rối	木弱
廣播劇	Kịch phát thanh	跟方貪
傳統地方舞蹈	Vũ đạo truyền thống địa phương	由老景痛李風
歌劇	Ca kịch	尬跟
話劇	Kịch nói	跟諾
音樂會	Ca nhạc	尬養

合唱團	Đoàn hợp xướng (=hợp ca)	朗合勝 (= 合尬)
芭蕾舞	múa ba-lê	木八咧
電影	Xem phim	先紛
悲劇	Bi kịch	悲跟
喜劇	Kịch vui	跟優
文藝愛情片	Phim văn nghệ ái tình	紛央嚷愛等
動作片	Phim hành động	紛喊隴
恐怖片	Phim khủng bố	紛恐播

搭配 MP3 學習效果加倍，發音標準、開口流利！

（5）購物 Mua sắm 模散

1	我要買古董	Tôi muốn mua cổ vật 多夢模國文
2	我要買長衣（越南服裝）	Tôi muốn mua áo dài(Phục trang Việt-Nam) 多夢模傲崖（啐張影南）
3	我要買綢緞	Tôi muốn mua lụa vóc 多夢模裸永
4	我要買瓷器	Tôi muốn mua đồ sứ 多夢模裸勝
5	我要買絲巾	Tôi muốn mua khăn lụa 多夢模康魯
6	我要買花瓶	Tôi muốn mua bình bông 多夢模本崩

7	**我要買東湖民間畫**	Tôi muốn mua tranh dân gian Đông Hồ 多夢模沾因央隴火
8	**我要買行鼓民間畫**	Tôi muốn mua tranh dân gian Hàng Trống 多夢模沾因央喊仲
9	**我要買木雕**	Tôi muốn mua điêu khắc go 多夢模若留刻
10	**給我一份目錄看看**	Cho tôi một tờ mục lục xem thử 捉多抹的木魯先疼
11	**有沒有打折？**	Có giảm giá không? 過洋訝空

12	太貴了，算便宜點	Mắc quá, tính rẻ một chút 盲襪敦爺抹晝
13	總共多少錢？	Tổng cộng bao nhiêu tiền? 董共包優頂
14	收不收信用卡	Có nhận thẻ tín dụng không? 過應鐵敦永空
15	我不想買了	Tôi không muốn mua 多空夢模
16	你的錢找錯了？	Anh thối lộn tiền rồi? 安拓裸頂惹
17	你還沒有找錢	Anh chưa thối tiền 安之拓頂
18	請分開包裝	Xin chia ra gói giùm 申機讓弱永

購物小站

Tiệm bán đồ

頂半羅

中文	越南文	拼音
古董	Cổ vật	國文
綢緞	Lụa vóc	魯用
瓷器	Đồ sứ	裸勝
絲巾	Khăn tơ	康的
花瓶	Bình bông	本崩
畫	Tranh	沾
磨漆畫	Sơn mài	奢買
木雕	Điêu khắc gỗ	留刻國
珠寶	Châu báu	朝報
工藝品	Đồ mỹ nghệ	裸美也

(6) 買衣服 Mua đồ mặc 模裸盲

1	我要買長衣	Tôi muốn mua áo dài 多夢模傲亞
2	我要買外套	Tôi muốn mua áo khoác 多夢模傲況
3	我要買西裝	Tôi muốn mua áo veston 多夢模傲業冬
4	我要買套裝	Tôi muốn mua đồ bộ 多夢模裸玻
5	我要買褲子	Tôi muốn mua quần 多夢模穩
6	我要買裙子	Tôi muốn mua đầm 多夢模覽

7	我要買T恤	Tôi muốn mua áo thun 多夢模傲吞
8	我要買鞋子	Tôi muốn mua đôi giày 多夢模羅崖
9	我要買襪子	Tôi muốn mua đôi vớ 多夢模羅唷
10	我要買內衣	Tôi muốn mua áo trong 多夢模傲中
11	我可以試穿這件嗎？	Tôi muốn thử bận chiếc áo này được không? 多夢騰崩敬傲乃冷空

12	在哪裡可以試穿？	Chỗ thử bận quần áo ở đâu? 坐騰崩穩傲兒撈
13	這是什麼料子的？	Đây là chất liệu gì? 賴喇者柳以
14	這是絲質的	Đây là chất tơ 賴喇的
15	這是純棉的	Đây là cô-tông nguyên chất 賴喇郭董瑞正
16	有沒有別的顏色？	Còn có màu khác không? 果過毛抗空
17	這裡有瑕疵	Ở đây có lỗi 兒賴過羅

18	這件不合身	Chiếc áo này không vừa 敬傲乃空伐
19	我想換別件	Tôi muốn đổi chiếc áo khác 多夢羅敬傲抗
20	有沒有大件點的？	Có cỡ lớn một chút không? 過各樂抹畫空
21	有沒有小件點的？	Có cỡ nhỏ một chút không? 過各唷抹畫空
22	給我看別的	Cho tôi xem cái khác 捉多先概抗
23	請幫我修改	Xin sửa giùm tôi 申什永多

衣物篇

Bài y phục

百一風

中文	越南文	拼音
長衣	Áo dài	傲崖
外套	Áo khoác (= 夾克 Jáo gió)	傲況 (= 傲柔)
西裝	Áo vét-tông (=áo veston)	傲業冬 (= 傲業冬)
套裝	Đồ bộ	羅玻
褲子	Quần	穩
短褲	Quần cụt (=quần cộc)	穩共 (= 穩果)
長褲	Quần dài	穩崖
裙子	Đầm	等
短裙	Đầm ngắn	等讓
長裙	Đầm dài	等崖

T恤	Áo thun	傲吞
牛仔褲	Quần din (=quần jean)	穩因（= 穩今）
制服	Đồng phục	隴風
內衣	Áo trong(=áo lót)	傲中（= 傲落）
內褲	Quần trong	穩中
泳衣	Áo tắm(=áo bơi)	傲但（= 傲玻）
運動服	Quần áo thể thao	穩傲鐵掏
睡衣	Áo ngủ(=đồ ngủ)	傲吳（= 裸吳）
毛衣	Áo len	傲連
背心	Áo trong (=Áo lót)	傲中（= 傲落）
婚紗	Áo cưới	傲更
晚禮服	Lễ phục dạ hội	列風呀火

配件篇

Bài phối kiện

佛敬

中 文	越 南 文	拼 音
鞋子	Đôi giày	羅崖
皮鞋	Giày da	崖呀
涼鞋	Dép xăng-đan	業桑朗(= 崖業)
拖鞋	Đôi dép	羅業
高跟鞋	Giày cao gót	崖高若
雨鞋	Giày đi mưa	崖勒蒙
腰帶	Dây nịt	崖嫩
領帶	Ca vát	嘎伐
絲巾	Khăn tơ	康的

圍巾	Khăn quàng	康往
襪子	Đôi vớ	羅唷
帽子	Cái nón	概諾
手帕	Khăn tay	康代
皮包	Giỏ da	者呀
皮夾	Bóp	玻
書包	Cặp táp	敢但
行李箱	Va ly (=hành lý)	亞勒喊力
雨衣	Áo mưa	傲蒙

配合 MP3 活學活用，發揮強大的學習效果！

首飾篇

Bài nữ trang

能張

中文	越南文	拼音
鑽石	Hột xoàn (=kim cương)	火爽(=跟更)
寶石	Bảo thạch (=đá quý)	保坦(=拉位)
黃金	Vàng	養
銀	Bạc	榜
手錶	Đồng hồ đeo tay	隴火撩代
手鐲	Vòng tay	永代
戒指	Cà-rá (=chiếc nhẫn)	港讓(=敬營)
項鍊	Dây chuyền	崖景

耳環	Đôi bông	羅崩
胸針	Ghim ngực	任扔
領帶夾	Kẹp ca vát	也尬伐

TRAVEL TIPS

◎越南國服一長衫

如果對越南航空的空姐穿著有點印象的話，應該就會知道那些空姐身上的衣服就是越南的國服一長衫，這種衣服通常是以質料輕盈柔軟的布料裁剪而成，有些類似中國的旗袍，但是自腰部以下開衩做成褲裝。上半身剪裁合身，腰部的高衩較寬，搭配寬鬆的喇叭型褲管，使穿著國服的越南女子走起路來搖曳生姿。

由於受到西方近代文化以及一九四五年的革命影響，使得越南國服反而逐漸失去蹤跡。但近年來越南政府開始鼓勵婦女穿著國服，也規定國中以上的女學生制服必須穿著越南國服，現在旅客在越南的街道上，又能親眼目睹越南國服的清新風采了。

第四章

飲食

Ăn uống

𩛷物

(1) 外食　Đi ăn ngoài

勒骯軟

1	我有訂位	Tôi có đặt bàn 多郭朗榜
2	我要禁菸區的位子	Tôi muốn ngồi chỗ cấm hút thuốc 多夢惹卓甘闃痛
3	我要吸菸區的位子	Tôi muốn ngồi chỗ được hút thuốc 多夢惹卓冷闃痛
4	請拿菜單給我看	Xin lấy tấm thực đơn cho tôi xem 申賴但疼了捉多先
5	我點的菜還沒來	Đồ ăn của tôi chưa đến 裸骯骨多之練

6	**我要一碗湯麵**	Cho tôi một tô mì 捉多抹惰美
7	**我要吃生牛肉河粉**	Tôi muốn ăn phở bò tái 多夢骯佛跛呆
8	**我想吃酸魚湯**	Tôi muốn ăn canh cá chua 多夢骯甘尬珠
9	**我想吃春捲**	Tôi muốn ăn chả giò 多夢骯雜唷
10	**烤肉用生菜包起來、蘸魚露吃**	Thịt nướng dùng rau sống cuốn lại, chấm nước mắm 疼能用要勝共來，佔能慢

11	這道菜要多少錢？	Món ăn này bao nhiêu tiền? 末骯乃包僾頂
12	你要推薦什麼菜？	Anh muốn giới thiệu món ăn gì? 安夢唷挺末骯以
13	我要結帳	Tôi muốn tính tiền 多夢燈頂
14	不用找了	Khỏi thối tiền 括拓頂
15	今天我請客	Bữa nay tôi bao ăn 甭乃多包
16	我們各自付帳	Chúng ta tự trả tiền riêng 中大等雜頂營
17	這些菜真好吃	Mấy món ăn này ngon quá 賣末骯乃若襪

美食菜單

Thực Đơn

疼了

中文	越南文	拼音
湯麵	Mì nước	美能
生牛肉	Bò tái	跛呆
河粉	Phở	佛
米粉湯	Bún nước	崩能
清蒸魚	Cá hấp	尬獲
春捲	Chả giò	雜唷
烤肉	Thịt nướng	疼能
紅燒肉	Thịt kho tàu	疼刻到
炒酸甜牛肉	Thịt bò xào chua ngọt	梯跛少朱偶
炸田雞腿	Đùi ếch chiên	魯案競
精肉團	Chả lụa	雜魯
酸魚湯	Canh chua cá	乾珠尬
豬肉白菜湯	Canh thịt heo cải trắng	乾疼蒿改丈

美味料理

Gia vị

沒以呀以

中文	越南文	拼音
吐司	Bánh mì sandwich lạt	伴美奢問朗
麵包	Bánh mì	半美
法國麵包	Bánh mì pháp	半美法
餅乾	Bánh bích-quy	半笨威
三明治	Bánh mì sandwich	半美奢問
鬆餅	Bánh xốp	半說
蛋糕	Bánh bông lan	半崩朗
披薩	Bánh pizza	半披撒
蘋果派	Bánh táo	半到
漢堡	Bánh mì hamburger	半美寒玻葛

薯條	Khoai tây chiên	快帶爭
火腿	Thịt dăm bông	疼央崩
香腸	Lạp xưởng	覽繩
熱狗	Xúc xích	送慎
培根	Ba rọi xông khói	巴唷送擴
荷包蛋	Trứng ốp la	正哦拉
水煮蛋	Trứng luộc	正魯
炒蛋	trứng xào	正掃
奶油	Bơ	玻
起司	Pho mai	佛埋
果醬	Mứt trái cây	夢摘該

花生醬	Mứt đậu phộng	夢老唪
洋芋片	Khoai tây mỹ	快呆美
爆米花	Bắp rang bơ	罷讓玻
巧克力	Kẹo sô-cô-la	高說郭拉
糖果	Kẹo	高
布丁	Bánh F-lăng	半佛郎
果凍	Sương sa	生沙
玉米濃湯	Súp bắp non	宿半那
義大利麵	Mì nước ý	美義
生菜沙拉	Sa lát rau	沙拉繞
牛排	Bít tết	米待

加油！加油！每天都有進步！

日本料理

Món Nhật Bản

莫影榜

中文	越南文	拼音
生魚片	Cá sống (=Sasimi)	尬送（= 沙西米）
壽司	Su Shi	蘇西
拉麵	Mì Nhật	美應
咖哩飯	Cơm cà ri	哥軋瑞
中華料理	Món Trung Quốc	莫中翁

▶美味可口的越南鮮蝦捲，蘸魚露吃，令人垂涎三尺。

MP3-24

（2）吃飯　Ăn cơm

航哥

1	幾點要吃晚飯？	Mấy giờ muốn ăn cơm tối? 賣惹夢骯哥惰
2	早上我要喝粥	Buổi sáng tôi muốn ăn cháo 卜上多夢骯照
3	還要添飯嗎？	Còn muốn thêm cơm không? 果夢漆哥空
4	菜合胃口嗎？	Đồ ăn có hợp miệng không? 裸骯過喝名空
5	大家來吃飯了	Ca nhà lại ăn cơm 尬亞來骯哥
6	我去切一些水果	Tôi đi cắt trái cây 多勒港摘該

7	我準備了一些點心	Tôi có chuẩn bị một ít bánh trái 多過整北抹恩半摘
8	要喝飲料嗎？	Muốn uống nước ngọt không? 夢翁能惹空
9	還需要什麼嗎？	Còn cần cái gì không? 果梗該以空
10	今天的菜很好吃	Đồ ăn bữa nay ngon quá 裸骯不乃若襪
11	晚餐要吃些什麼呢？	Bữa tối ăn cái gì? 哥不惰骯該以

搭配 MP3 學習效果加倍，發音標準、開口流利！

12 晚餐要回來吃嗎？ Bữa tối có muốn về ăn không?

不惰過夢也骯空

---

13 你想吃什麼？ Anh muốn ăn cái gì?

安夢骯該以

---

14 你不吃什麼？ Anh không ăn cái gì?

安空骯該以

---

15 我不吃早飯 Tôi không ăn sáng

多空骯上

---

16 晚上去外面吃 Tối nay đi ra ngoài ăn

惰乃勒呀軟骯

跟著 CD 多聽多學，學習效果超強！

蔬菜篇

Bài rau xanh

百要山

中文	越南文	拼音
黃瓜	Dưa leo	惹了
南瓜	Bí ngô	被若
絲瓜	Mướp hương	孟亨
苦瓜	Hủ qua (=mướp đắng)	虎蛙(= 孟浪)
冬瓜	Bí đao	被撈
地瓜	Khoai lang	快郎
菠菜	Rau chân vịt	要正飲
空心菜	Rau muống	要孟
豆芽菜	Giá	牙
韭菜	Hẹ	黑
高麗菜	Bắp cải	半改

紅蘿蔔	Cà rốt	尬若
馬鈴薯	Khoai tây	快代
玉米	bắp	罷
蕃茄	Cà chua	尬珠
茄子	Cà tím	尬定
竹筍	Măng	芒
蘆筍	măng	芒
香菇	Nấm	難
豌豆	Đậu hà lan	老哈啷
四季豆	Đậu đũa	老盧
辣椒	ớt	惡
蔥	Hành	喊
薑	gừng	扔
蒜	Tỏi	奪

水果篇

Bài trái cây

百債該

中文	越南文	拼音
鳳梨	Trái thơm	債特
水梨	Trái lê	債列
蘋果	Trái táo tây (=trái bom)	債到呆 (= 債玻)
西瓜	Trái Dưa hấu	債惹號
木瓜	Trái Đu đủ	債摟樓
橘子	Trái quít	債問
柳橙	Trái cam	債乾
葡萄	Trái nho	債唷
香蕉	Trái chuối	債醉
桃子	Trái đào	債老

李子	Trái mận	債孟
椰子	Trái dừa	債惹
芒果	Trái xoài	債用
龍眼	Trái nhãn	債楊
荔枝	Trái vải	債崖
火龍果	Trái thanh long	債貪龍
甘蔗	Mía	密
柚子	Trái bưởi	債不
檸檬	Trái chanh	債詹
櫻桃	Trái anh đào	債安老
草莓	Trái dâu	債要
石榴	Trái lựu	債盧
芭樂	Trái ổi	債哦

（3）味覺　Mùi vị

母以

1　這個太酸　Món này chua quá

末乃珠襪

2　這個太甜　Món này ngọt quá

末乃若襪

3　這個太苦　Món này đắng quá

末乃浪襪

4　這個太辣　Món này cay quá

末乃該襪

5　這個太鹹　Món này mặn quá

末乃忙襪

6　這個太冰　Món này lạnh quá

末乃蘭襪

7	這個太燙	Món này nóng quá 末乃弄穊
8	這個太冷	Món này nguội quá 末乃汝穊
9	這個很香	Món này thơm quá 末乃特穊
10	這個很臭	Món này thúi(=thối) quá 末乃退 (= 拓) 穊
11	今天買的水果好甜	Bữa nay mua trái cây ngọt quá 不乃模債該弱穊
12	湯不要加太多鹽，會太鹹	Nấu canh đừng bỏ muối nhiều quá, sẽ mặn quá 鬧乾冷伯謀有穊，血忙穊

13	**今天的菜太油了**	Bữa nay đồ ăn nấu mỡ quá **甭乃裸骯鬧麼襪**
14	**菜不要太辣**	Đồ ăn đừng nấu cay quá **裸骯冷鬧該襪**

TRAVEL TIPS

◎魚露

談到越南菜，有一樣東西可說是越南菜的精髓所在，那就是核心配料一魚露。對初次嘗試越南魚露的觀光客可能覺得又腥又臭，但對當地越南人來說，魚露有如人間美味。

魚露的製作過程並不難，過去魚露是當地人每家每戶必備的自製聖品，現在則多由工廠生產。簡單來說，魚露的作法是將新鮮的魚醃製在封閉的木桶中，然後再將魚發酵後流出的汁液過濾精製，就能得到精醇的魚露。通常當地人會將精製的魚露搭配辣椒、醋、檸檬等佐料調配，如此真正的魚露才算大功告成。

越南人認為魚露對女性身體具有相當的療養功效，經常食用可以永保青春窈窕，所以魚露也是越南女性的美容秘方呢！

口味篇

Bài khẩu vị

靠以

中文	越南文	拼音
酸	Chua	珠
甜	Ngọt	弱
苦	Đắng	浪
辣	Cay	該
鹹	Mặn	忙
冰	Lạnh	蘭
燙	Nóng	弄
冷	Nguội	軟
香	Thơm	特
臭	Thúi(=thối)	退(= 拓)

油膩	Mỡ	麼
清淡	Lạt(=nhạt)	母朗 (= 養)
太濃	Đặc quá	郎襪
太淡（稀）	Lạt quá(=lỏng)	朗襪 (= 龍)

TRAVEL TIPS

◎笠帽風情

說起越南人，大部分人忍不住浮現腦海的應該是一個個穿著黃色開叉長衫、長褲，以及頭上戴個斗笠的模樣，這頂「笠帽」真可說是越南人的「正字標記」。據說笠帽是為了因應古時蓄留長髮的農民農作方便而出現的，而其圓錐造型能適應各種頭型，後來則成了越南男女老少都不可少的必需品。

越南的笠帽是由竹子和草編織而成，輕便又防曬、防雨，現在則成了到訪的觀光客喜愛購買的紀念品，笠帽除了有實用的功能，現在又多了觀光與藝術的價值。

調味料篇

Bài gia vị

亞以

中文	越南文	拼音
鹽	Muối	目
糖	Đường	冷
油	Mỡ	麼
醋	Giấm	樣
辣椒醬	Tương ớt	登惡
胡椒粉	Hạt tiêu	航丟
蕃茄醬	Tương cà chua	登尬珠
黑胡椒醬	Tương hạt tiêu đen	登航丟諒
蘑菇醬	Tương nấm rơm	登難惹
麵粉	Bột mì	跛美
魚露	Nước mắm	能慢

香菜	Ngò(=rau thơm)	弱(= 要特)
蔥	Hành	喊
薑	Gừng	扔
蒜	Tỏi	奪
橄欖	Ô liu	喔流

（4）吃點心 Ăn bánh trái (=ăn quà)

骯半債 (= 骯瓦)

1 我想吃春捲 Tôi muốn ăn chả giò

多夢骯雜唷

---

2 我想吃糖粥 Tôi muốn ăn chè đường

多夢骯姐冷

---

3 我想吃蓮子羹 Tôi muốn ăn chè sen

多夢骯姐鄉

---

4 我想吃綠豆湯 Tôi muốn ăn chè đậu xanh

多夢骯姐老山

---

5 我想吃甜湯 Tôi muốn ăn chè ngọt

多夢骯姐若

---

6 我想吃粽子 Tôi muốn ăn bánh ú

多夢骯半歐

7	我想吃精肉團	Tôi muốn ăn chả lụa 多夢骯雜魯
8	我想吃粉捲	Tôi muốn ăn bánh cuốn 多夢骯半共
9	我想吃扁米羹	Tôi muốn ăn chè cốm 多夢骯姐過
10	我想吃冰淇淋	Tôi muốn ăn kem 多夢骯乾
11	我想吃牛肉乾	Tôi muốn ăn thịt bò khô 多夢骯疼跛摳
12	我想吃蜜餞	Tôi muốn ăn kẹo mứt 多夢骯稿孟

點心篇

Bài điểm tâm

百聯擔

中文	越南文	拼音
糖粥	Chè đường	姐冷
糖蓮子	Mứt sen	夢鄉
蓮子羹	Chè sen	姐鄉過
西米露	Nước bột bán	能跛棒
綠豆湯	Chè đậu đường	姐老三
綠豆沙	Chè đậu xanh	姐老山
甜湯	Chè	姐
薑味糯米糖粥	Chè bà cốt	姐把過
粽子	Bánh ú	半歐
粉捲	Bánh cuốn	半共
冰淇淋	Kem	乾

牛肉乾	Thịt bò khô	疼跛搵
蜜餞	Kẹo mứt	稿盂
西瓜子	Hạt dưa (hạt=hột)	行唷〈行＝河〉
南瓜子	Hạt bí (hạt=hột)	行被〈行＝河〉
葵瓜子	Hạt quỳ (hạt=hột)	行委〈行＝河〉

TRAVEL TIPS

◎胡志明鞋

乍聽之下，你可能會以為這鞋是越南之父胡志明所發明的，不過事實上胡志明鞋是戰爭下的產物，這種鞋最早出現在胡志明領導對法國作戰時，因為當時許多越南軍民都利用法國軍隊所留下來的輪胎，製成塑膠的鞋子，耐用又方便，而且一毛錢也不必花，便成了風行一時的「國鞋」，「胡志明鞋」的稱謂也由之而來。

雖然現在經濟進步，舊時的「胡志明鞋」可說不復可見，但當地居民仍然喜歡穿著涼鞋就出門上街去。

（5）我喜歡喝　Tôi thích uống 多疼翁

1	我喜歡喝牛奶	Tôi thích uống sữa bò 多疼翁十跛
2	我喜歡喝冰咖啡	Tôi thích uống cà phê đá 多疼翁尬啡臘
3	我喜歡喝熱咖啡	Tôi thích uống cà phê nóng 多疼翁尬啡弄
4	我喜歡喝果汁	Tôi thích uống nước trái cây 多疼翁能債該
5	我喜歡喝水	Tôi thích uống nước trắng 多疼翁能張
6	我喜歡喝茶	Tôi thích uống trà(=chè) 多疼翁眨 (= 姐)

7	我喜歡喝可樂	Tôi thích uống cô ca 多疼翁郭尬
8	我喜歡喝檸檬汁	Tôi thích uống nước chanh 多疼翁能詹
9	我喜歡喝柳橙汁	Tôi thích uống nước cam 多疼翁能甘
10	我喜歡喝甘蔗汁	Tôi thích uống nước mía 多疼翁能密
11	我喜歡喝西米露	Tôi thích uống nước bột bán 多疼翁能跛棒

生活化的內容，越南文很 Easy，學習好 Happy ！

飲料篇

Bài thức uống

百騰翁

中 文	越南文	拼 音
牛奶	Sữa bò	十跛
冰咖啡	Cà phê đá	尬啡臘
熱咖啡	Cà phê nóng	尬啡弄
果汁	Nước trái cây	能債該
水	Nước trắng	能張
茶	Nước trà(=chè)	能貶 (= 姐)
可樂	cô ca	郭尬
檸檬汁	Nước chanh	能詹
柳橙汁	Nước cam	能乾
甘蔗汁	Nước mía	能密

啤酒	Bia hơi	逼喝
威士忌	Rượu uýt-ki (=wisky)	容威給 (= 威誰給)
葡萄酒	Rượu nho (=rượu vang)	容唷 （= 嘍方 ）
香檳	Rượu sâm banh	容山班

（6）我喜歡吃 Tôi thích ăn
多疼骯

1	**我喜歡吃水果**	Tôi thích ăn trái cây 多疼骯債該
2	**我喜歡吃香蕉**	Tôi thích ăn chuối 多疼骯醉
3	**我喜歡吃蘋果**	Tôi thích ăn trái bom (=trái táo tây) 多疼骯債玻（= 債到呆）
4	**我喜歡吃西瓜**	Tôi thích ăn dưa hấu 多疼骯應號
5	**我喜歡吃麵包**	Tôi thích ăn bánh mì 多疼骯半美
6	**我喜歡吃蛋糕**	Tôi thích ăn bánh bông lan 多疼骯半玻郎

7	我喜歡吃巧克力	Tôi thích ăn kẹo sô-cô-la 多疼骯高說郭拉
8	我喜歡吃魚	Tôi thích ăn cá 多疼骯尬
9	我喜歡吃雞肉	Tôi thích ăn thịt gà 多疼骯疼壞
10	我喜歡吃雞蛋	Tôi thích ăn trứng gà (=hột gà) 多疼骯正壞（= 火嘎）
11	我喜歡吃烤鴨	Tôi thích ăn vịt quay 多疼骯引歪
12	我喜歡吃鴨仔蛋	Tôi thích ăn hột vịt lộn 多疼骯火引龍

食材篇—海鮮類

Bài thức ăn-loại hải sản

百疼齗一裸孩商

中 文	越 南 文	拼 音
魚肉	cá	尬
魚乾	Cá khô	尬摳
魷魚	Cá mực ống	尬猛翁
鱈魚	Cá thu	尬偷
鮭魚	Cá tuyết	尬定
沙丁魚	Cá sác-đin	尬上冷
鰻魚	Cá lụy (=cá lạc=cá dưa)	尬壘 (= 尬朗 = 尬英)
鮪魚	Cá Tuna	尬都那
蝦子	Tôm	冬
龍蝦	Tôm hùm	多哄

蝦仁	thịt tôm	疼多
蛤蜊	Con ngao (=con sò)	郭饒 (= 郭所)
牡蠣	Con hào	郭好
螃蟹	Con cua	郭姑
貝類	Loại bổi	裸泊

食材篇一肉蛋類

Bài thực liệu-loại trứng thịt

百疼流一裸正疼

中 文	越 南 文	拼 音
雞肉	Thịt gà	疼嘎
雞腿	Đùi gà	魯嘎
雞翅	Cánh gà	乾嘎
雞蛋	Trứng gà (=Hột gà)	正嘎 （= 火嘎）
蛋白	Tròng trứng trắng	種正丈
蛋黃	Tròng trứng đỏ	種正羅
鴨肉	Thịt vịt	疼引
鴨蛋	Trứng vịt (=Hột vịt)	正引 （= 火引）

鵝肉	Thịt ngỗng	疼容
牛肉	Thịt bò	疼跛
牛小排	Sườn bò con	省跛郭
牛肚	Bao tử bò	包登跛
牛舌	Lưỡi bò	雷跛
豬肉	Thịt heo	疼蒿
五花肉	Thịt ba chỉ	疼八己
瘦肉	Thịt nạc	疼難
肥肉	Thịt mỡ	疼麼
羊肉	Thịt dê	疼耶

(7) 怎麼樣？ Ra sao? 呀稍

1	喝點茶怎麼樣？	Uống một chút trà nhé? 翁抹畫眨耶
2	喝點兒汽水怎麼樣？	Uống một chút nước ngọt nhé? 翁抹畫能弱耶
3	喝點兒咖啡怎麼樣？	Uống một chút cà phê nhé? 翁抹畫尬啡耶
4	喝點兒啤酒怎麼樣？	Uống một chút bia nhé? 翁抹畫逼耶
5	吃點兒水果怎麼樣？	Ăn một chút trái cây nhé? 骯抹畫債該耶
6	吃點兒餅乾怎麼樣？	Ăn một chút bánh qui nhé? 骯抹畫半威耶

第五章

溝通和聊天

Trò chuyện và tâm sự

左景亞單士

（1）自我介紹　Tự giới thiệu
等唷調

1	我叫阮文	Tên tôi là Nguyễn Văn 店多喇瑞央
2	請多指教	Xin chỉ giáo nhiều 申及要友
3	初次見面，請多關照	Gặp mặt lần đầu, xin quan tâm 然盲冷老，申官單
4	大家好！	Chào quí vị! 找位以
5	我很高興來越南	Đến Việt Nam tôi vui quá 練影南多又襪

搭配 MP3 學習效果加倍，發音標準、開口流利！

6	我住在胡志明市	Tôi ở Thành Phố Hồ Chí Minh 多兒坦佛火計門
7	我來越南旅遊	Tôi đến Việt Nam du lịch 多練影南幽冷
8	我來越南工作	Tôi đến Việt Nam làm việc 多練影南覽影
9	謝謝你的照顧	Cảm ơn anh săn sóc 感恩安尚碩
10	你叫什麼名字？	Anh tên gì? 安店以
11	你住在哪 ？	Anh ở đâu? 安兒撈

12 你家電話幾號？ Điện thoại nhà anh bao nhiêu?

零妥亞安包優

---

13 很高興認識你 Rất mừng được làm quen với anh

仍猛冷覽王唷安

---

14 我今年二十五歲 Năm nay tôi hai mươi lăm tuổi

南乃多嗨蒙蘭隊

---

15 你從哪裡來的？ Anh từ đâu đến?

安等撈練

---

16 我從台灣來的 Tôi từ Đài-Loan đến

多等賴朗練

---

17 你家有幾個人？ Nhà anh có mấy người?

亞安郭賣扔

18	**有父母、一個哥哥和我，一共 4 個人**	Có cha me, một người anh và tôi, tổng cộng bốn người 父母也可稱作 (=ba má) **過雜滅，抹扔安亞多，東共播扔（= 巴罵）**
19	**你的興趣是什麼？**	Sở thích của anh là gì? **拾疼骨安喇乙**
20	**我喜歡聽音樂**	Tôi thích nghe nhạc **多疼耶養**
21	**這是我的名片，請多多指教**	Đây là danh thiếp của tôi, xin chỉ bảo cho **賴喇央聽骨多，申及保捉**
22	**那位是誰啊？**	Người ấy là ai? **扔艾喇挨**
23	**預計要待多久？**	Dự tính ở bao lâu? **影定兒包撈**

（2）職業　Nghề nghiệp

也引

1	你做什麼工作？	Anh làm công việc gì? 安覽工影以
2	我是公司職員	Tôi là nhân viên công ty 多喇應英工弟
3	我是工人	Tôi là công nhân 多喇工應
4	我是學生	Tôi là học sinh 多喇好身
5	我是老師	Tôi là thầy giáo 多喇台要
6	我是店員	Tôi là nhân viên tiệm 多喇應英頂

7	我是警察	Tôi là công an 多喇公安
8	我是醫生	Tôi là bác sĩ 多喇棒誰
9	我是公務員	Tôi là công chức viên 多喇工正應
10	我來談生意	Tôi đến bàn chuyện làm ăn 多練榜景覽骯
11	我要和客戶簽約	Tôi muốn ký hợp đồng với khách 多夢給合隴嘎看
12	我來開工廠	Tôi đến mở công xưởng 多練麼工升

職業篇

Bài nghề nghiệp

百也引

中文	越南文	拼音
職員	Nhân viên	應英
工人	Công nhân	工因
農人	Nông dân	農仍
軍人	Quân nhân	翁因
漁夫	Ngư dân	仍應
學生	Học sinh	好身
老師	Thầy giáo	台要
店員	Nhân viên tiệm	應門頂
郵差	Người đưa thư	扔冷特
醫生	Bác sĩ	棒誰
護士	Y tá	一大

律師	Luật sư	隴生
公務員	Công chức viên	工正應
警察	Công an	公安
司機	Tài xế	歹謝
工程師	Kỹ sư	給士
秘書	Thư ký(=văn thư)	疼給 (= 央疼)
記者	Phóng viên	風應
理髮師	Thợ hớt tóc (=thợ cắt tóc)	特賀惰 (= 特槓惰)
服務生	Nhân viên phục vụ	應英浮富
攤販 (捧貨叫賣的)	Bán bưng	棒崩
攤販 (滿街叫賣的)	Bán dạo	棒咬

（3）運動、嗜好 Thể thao, Sở thích

鐵掏拾疼

1	我喜歡打拳	Tôi thích đánh quyền 多疼爛問
2	我喜歡游泳	Tôi thích bơi 多疼菠
3	我喜歡跑步	Tôi thích chạy bộ 多疼窄跛
4	我喜歡打籃球	Tôi thích đánh bóng rổ 多疼爛崩弱
5	我喜歡打排球	Tôi thích đánh bóng chuyền 多疼爛崩景
6	我喜歡打網球	Tôi thích đánh ten-nít 多疼爛店寧

7	我喜歡打乒乓球	Tôi thích đánh bóng bàn 多疼爛崩榜
8	我喜歡打棒球	Tôi thích đánh bóng chày 多疼爛崩才
9	我喜歡踢足球	Tôi thích đá bóng 多疼拉崩
10	我喜歡跳舞	Tôi thích khiêu vũ 多疼摳無
11	我喜歡上網	Tôi thích lên mạng 多疼連芒
12	我喜歡打電腦	Tôi thích đánh vi tính 多疼爛意登

頭好壯壯運動篇

Bài thể dục thể thao

百鐵又鐵掏

中文	越南文	拼音
打拳	Đánh quyền	爛問
游泳	Bơi	菠
跑步	Chạy bộ	窄跛
打籃球	Đánh bóng rổ	爛崩弱
打排球	Đánh bóng chuyền	爛崩景
打網球	Đánh ten-nít	爛店寧
打乒乓球	Đánh bóng bàn	爛崩榜
打棒球	Đánh bóng chày	爛崩才
踢足球	Đá bóng	拉崩
跳舞	Khiêu vũ	摳由
騎自行車	Đạp xe đạp	覽些覽
體操	Thể dục	鐵又

休閒嗜好篇

Bài sở thích, nghỉ ngơi

百拾疼瑞惹

中文	越南文	拼音
閱讀	đọc	隴
聽音樂	Nghe nhạc	耶養
彈吉他	Đàn ghi-ta	朗吉他
彈鋼琴	Đàn dương cầm	朗應敢
畫畫	vẽ tranh	爺沾
攝影	Chụp hình (=chụp ảnh)	主很 (= 主暗)
編織	Đan lát	郎浪
看電影	Coi xi nê (=coi phim)	郭習捏 (= 郭分)
釣魚	Câu cá	高尬
散步	Tản bộ (=bách bộ)	黨跛 (= 辦跛)
旅遊	Du lịch	有冷

（4）表示態度 Biểu thị thái độ 表梯太裸

1	好的	Tốt 慉
2	是的	Phải 乏
3	不是的	Không phải 空乏
4	可以	Được 冷
5	不行	Không được 空冷
6	沒問題	Không thành vấn đề 空坦應列

(5) 請對方再說一遍 Mời đối phương nói lại một lần 麼落風諾來抹冷

1	對不起，請你再說一遍	Xin lỗi, mời anh nói lại một lần 申羅麼安諾來抹冷
2	請說慢一點	Xin nói chậm một chút 申諾展抹晝
3	你說的話，我聽不太懂	Anh nói, tôi nghe không hiểu 安諾多耶空猴
4	你說什麼？	Anh nói cái gì? 安諾概以

生活化的內容，越南文很 Easy，學習好 Happy ！

5 **我聽懂了** Tôi nghe hiểu rồi

多耶猴弱

---

6 **我明白你的意思了** Tôi hiểu ý của anh rồi

多猴意骨安弱

TRAVEL TIPS

◎水上木偶劇

越南的木偶劇是越南相當有特色的傳統民間舞台戲，由熟練的師傅操控木偶與繩子，木偶就像有了生命一樣活靈活現。而越南的木偶劇最獨一無二的地方是，它是世界上唯一在水上表演的木偶劇，表演者必須全程一、兩個小時都蹲在水裡，過去據說是一種向皇帝祝壽的表演藝術，一般民眾根本沒有眼福，但隨著時間演變，水上木偶劇不但成為鄉村居民娛樂的休閒活動 ，還成為著名的觀光產業。

水上木偶劇通常都是在鄉間的池畔間表演，一般會在水上先搭上一座紅磚瓦頂的「水上神亭」，用一張竹簾垂到水面上，表演者就躲在簾後操控木偶。

水上木偶劇的表演內容，以越南的神話故事居多，如劍湖金龜索劍是越南有名的傳説故事，另外也有民俗活動，如仙女舞蹈、鳳凰舞、舞獅等，相當值得一看。

MP3-35

（6）抱歉的話　Lời xin lỗi

了身羅

1	真是對不起	Thật là xin lỗi 疼喇申羅
2	請原諒	Xin thông cảm cho 申通甘捉
3	我下次會注意	Lần sau tôi sẽ chú ý 冷稍多協晝意
4	我下次會改進	Lần sau tôi sẽ cải tiến 冷稍多協改定
5	我實在很抱歉	Thành thực xin lỗi 坦疼身羅
6	沒關係，下次要小心	Không sao đâu, lần sau phải cẩn thận 空稍撈冷稍乏更疼

（7）感謝的話　Lời cảm ơn(=cảm tạ =đội ơn =tạ ơn) 了感俄（= 感打 = 裸俄 = 打俄）

1	非常感謝你	hết sức cảm ơn anh 賀勝感俄安
2	太麻煩你了	Làm phiền anh quá 覽風安襪
3	謝謝你的招待	Cảm ơn anh tiếp đãi 感俄安弟來
4	謝謝你的照顧	Cảm ơn anh săn sóc 感俄安商朔
5	謝謝你對我的關心	Cảm ơn anh quan tâm tôi 感俄安官單多
6	感謝你幫我的忙	Cảm ơn anh giúp đỡ giùm tôi 感俄安用了永多

7	謝謝你送的禮物	Cảm ơn quà tặng của anh 感俄瓦檔骨安
8	謝謝你請我吃飯	Cảm ơn anh mời tôi ăn cơm 感俄安麼多骯郭
9	哪，不客氣	Không có gì đâu, đừng ngại 空過乙撈冷壞

（8）回答用語　Từ ngữ hỏi đáp 等仍何爛

1	是嗎？	Phải không à? (=Phải vậy sao?) 乏空啊（= 乏崖稍）
2	真的嗎？	Thật không? (=Thật vậy sao?) 疼空（= 疼崖稍）
3	不可能	Không bao giờ 空包䓁
4	可不是嗎？	Chớ không phải vậy sao? 這空乏崖稍
5	你說得對	Anh nói rất đúng 安諾仍龍

6	沒聽說過這件事	Không nghe nói qua chuyện này 空耶諾蛙景乃
7	我不知道	Tôi không biết 多空並
8	我不清楚	Tôi không rổ 多空弱
9	我明白了	Tôi hiểu rồi 多猴惹
10	對	Đúng 龍
11	不對	Không đúng 空龍

12 我不會 Tôi không biết
多空並

13 我不懂 Tôi không hiểu
多空猴

14 做什麼？ Làm gì?
覽乙

15 有嗎？ Có không?
過空

16 對嗎？ Đúng không?
龍空

17 我現在沒空 Tôi hiện giờ không rảnh
多橫唷空然

（9）贊成和反對 Tán thành và phản đối 當坦亞房落

1	我也覺得是這樣	Tôi cũng cảm thấy như vậy 多共感太應崖
2	我不這樣想	Tôi không nghĩ như vậy 多空瑞應崖
3	我不贊成	Tôi không tán thành 多空當坦
4	我不同意	Tôi không đồng ý 多空隴意
5	我反對這個意見	Tôi phản đối ý kiến này 多房落意更乃
6	我贊成這個意思	Tôi tán thành ý này 多當坦意乃

7	你這樣做很好	Anh làm vậy tốt lắm 安覽崖惰爛
8	你不可以這樣做	Anh không được làm như vậy 安空冷覽應崖

TRAVEL TIPS

◎特產血拼天堂

越南的特產除了鴨仔蛋、魚露、胡志明鞋、笠帽與越南國服一長衫，還有享譽盛名的漆器，以及鑲滿了貝殼的飾品，因為在越南的芽莊，盛產各式各樣美麗的貝殼，無論是經過雕飾過的貝殼飾物，還是自然成形的貝殼，都能讓遊客愛不釋手。

越南還是傳統手工藝品的購物天堂，越南少數民族編織的布匹色彩斑斕，令人眼花撩亂，而多樣的石雕、木雕、蜜臘、琥珀、珊瑚，以及玳瑁和象牙製品，也是許多觀光客最喜愛的紀念品。不過，要提醒你的是，玳瑁、象牙等飾品會遭台灣海關查禁，不管再怎麼喜歡，為了保護這些動物，還是讓它們留在越南吧。

第六章

感情

Tình cảm

等感

（1）表現情感　Biểu hiện tình cảm
表很等感

1 **我很快樂**

Tôi rất mừng (=Tôi rất vui)

多仍猛（= 多仍乏）

---

2 **我很高興**

Tôi mừng hết sức

多猛和勝

---

3 **我很難過**

Tôi rất buồn

多仍奔

---

4 **我很生氣**

Tôi rất giận

多仍影

---

5 **我很擔心**

Tôi rất lo lắng

多仍羅郎

---

6 **我很想家**

Tôi rất nhớ nhà

多仍唷亞

---

7 我很愛笑 Tôi rất thích cười

多仍疼葛

---

8 我不愛哭 Tôi không thích khóc

多空疼括

---

9 我放心了 Tôi an tâm rồi

多骯單惹

---

10 太好了 Tốt quá rồi

惰襪惹

配合 MP3 活學活用，發揮強大的學習效果！

人的情緒

Tâm sự cá nhân

登士尬應

中文	越南文	拼音
快樂	Mừng (=vui)	猛（= 乏）
生氣	Giận	影
悲傷	Bi thương	杯疼
擔心	Lo lắng	羅郎
想家	Nhớ nhà	唷亞
笑	Cười	梗
哭	Khóc	括

配合 MP3 反覆練習，收「聽」、「說」雙重效果！

（2）表達同情 Biểu đạt đồng tình 表朗隴等

1	這真是太不應該了	Như vậy thật là không nên 應崖疼喇空年
2	他真是太可憐了	Anh ấy tội nghiệp quá 安愛躲引襪
3	這件事真是令人遺憾	Việc này làm cho người ta cảm thấy hối tiếc 引乃覽捉扔大感太或定
4	你的心情我能體會	Tôi hiểu lòng của anh 多猴隴骨安
5	我心中也感到很難過	Tôi cũng cảm thấy rất buồn lòng 多共感太仍崩隴

6 不要悲傷，快振作起來 Đừng bi thương nữa, phấn khởi lên

冷悲疼能，風可練

---

7 請你要保重身體 Xin anh bảo trọng thân thể

申安包重疼鐵

---

8 要注意身體健康 Phải chú ý sức khỏe

乏晝意勝魁

（3）感覺 Cảm giác
感樣

1 我覺得很累 Tôi cảm thấy rất mệt
多感太仍免

---

2 我覺得想睡 Tôi cảm thấy buồn ngủ
多感太崩吳

---

3 我覺得很冷 Tôi cảm thấy rất lạnh
多感太仍覽

---

4 我覺得很熱 Tôi cảm thấy rất nóng nực
多感太仍弄能

---

5 我覺得肚子餓 Tôi cảm thấy đói bụng
多感太落崩

---

6 我覺得口渴 Tôi cảm thấy khát nước
多感太抗能

7	我覺得不舒服	Tôi cảm thấy khó chịu trong người 多感太擴九中扔
8	我覺得很舒服	Tôi cảm thấy de chịu trong người 多感太爺九中扔
9	你感覺怎麼樣？	Anh cảm thấy thế nào? 安感太帖腦

（4）健康狀況 Tình trạng sức khỏe 等掌勝魁

1 我好累 Tôi rất mệt

多仍免

---

2 我很睏 Tôi rất buồn ngủ

多仍崩吳

---

3 我不舒服 Tôi khó chịu trong người

多括九中扔

---

4 我在發燒 Tôi đang phát sốt (=nóng)

多朗放朔 (= 弄)

---

5 我頭痛 Tôi nhức đầu (=nhức óc)

多應老 (= 應哦)

---

6 我牙疼 Tôi đau răng

多撈讓

---

7 我在拉肚子 Tôi bị ỉa chảy

多必移宅

---

8 我肚子疼 Tôi đau bụng

多撈崩

---

9 我胃痛 Tôi đau bao tử

多撈包等

---

10 我感冒了 Tôi bị cảm rồi

多北感惹

---

11 我要休息一下 Tôi muốn nghỉ ngơi một chút

多夢瑞惹抹畫

---

12 我沒有胃口 Tôi ăn không thấy ngon

多骯空太惹

---

13 我想吐 Tôi muốn ói

多夢哦

14	我精神不好	Tinh thần tôi không được tốt 登疼多空冷情
15	我咳的很難過	Tôi ho rất khó chịu 多呵仍括九
16	我的腳扭傷了	Chân của tôi bị trẹo 爭骨多北腳
17	我皮膚過敏	Da tôi bị dị ứng 呀多必以恩
18	我要去看醫生	Tôi muốn đi khám bác sí 多夢勒看棒誰
19	趕快叫救護車	Kêu xe cứu thương mau nha 苟些夠疼毛呀

20	我要看急診	Tôi muốn khám cấp cứu 多夢看乾勾
21	附近哪裡有醫院？	Gần đây ở đâu có bệnh viện? 扔賴兒撈過扁影
22	先量一下體溫	Cặp nhiệt độ trước 乾營裸正
23	要打針	Phải chích thuốc (=phải tiêm) 肥陣痛（= 肥定）
24	去領藥	Đi lĩnh thuốc 勒林痛

生病

Bị bệnh

被扁

中文	越南文	拼音
發燒	Phát sốt (=phát nóng)	放朔 (= 放弄)
頭痛	Nhức đầu (=nhức óc)	應老 (= 應哦)
咳嗽	Ho	呵
流鼻水	Sổ mũi	說謀
感冒	Cảm	感
嘔吐	Ói	哦
便秘	Táo bón	到碰
腹瀉	Ỉa chảy	移宅
肚子痛	Đau bụng	撈崩

食物中毒	Ngộ độc thức ăn	惹隴疼骯
皮膚過敏	Da dị ứng	呀以恩
心臟病	Bệnh đau tim	扁勞定
高血壓	Cao huyết áp	高會阿
糖尿病	Bệnh đái đường	扁賴冷
氣喘	Bệnh suye	扁形
扭傷	Trẹo thương	腳疼
骨折	Sai khớp	塞刻
牙齒痛	Đau răng	勞讓
蛀牙	Sâu răng	稍讓
燙傷（火）	Bị phỏng (=bị bỏng)	被風（= 被崩）

癌症	Bệnh ung thư	扁翁疼
近視	Cận thị	梗綈
懷孕	Có thai	過胎
生產	Sinh nở (=sinh đẻ)	身呢 (= 身列)

TRAVEL TIPS

◎胡志明市（西貢）一東方明珠今與昔

胡志明市，舊稱「西貢」，一九四五年越南為共產黨所佔領，共產黨將首都移往河內，而為了紀念越南國父，也是越南共產黨的領袖胡志明，所以就將西貢改名為「胡志明市」。

胡志明市不但是越南第一大城，也是世界各國進出越南的重要門戶，這顆燦爛的東方明珠曾經因為越戰而失色，但現在的胡志明市已經重拾往日風華，越來越多的五星級飯店與餐廳進駐，越來越多的觀光客到此遊覽，使得胡志明市的白天是人潮熙來攘往，晚上也依然霓紅閃爍、喧嘩熱鬧，儼然是座不夜城。

夜遊西貢河是各國觀光客最喜愛的餘興節目，而在西貢的水上餐廳用餐，不但能盡享美食，還能一覽美麗夜景，幾乎是所有觀光客到胡志明市必遊的行程。

（5）身體部位　Bộ phận thân thể
不分疼鐵

1	頭	Đầu 老
2	臉	Mặt 忙
3	眼睛	cặp mắt 葛忙
4	眉毛	Lông mày 龍買
5	鼻子	Mũi 模
6	嘴巴	Miệng 名

7	嘴唇	Môi 麼
8	牙齒	Răng 讓
9	舌頭	Lưỡi 了
10	耳朵	Tai 呆
11	脖子	Cổ 國
12	喉嚨	Cổ họng 國吼

13 肩膀 Vai

崖

---

14 手臂 Cánh tay

干代

---

15 手掌 Bàn tay

榜代

---

16 手指 Ngón tay

弱代

---

17 指甲 Móng tay

夢代

---

18 胸部 Ngực

扔

---

19 腰 Eo lưng

要冷

---

20 背 Lưng

冷

---

21 腹部 Bụng

崩

---

22 臀部 Mông

蒙

---

23 大腿 Bắp đùi (=bắp vế)

罷魯 (= 罷業)

---

24 膝蓋 Đầu gối

老若

---

25 小腿 Bắp chân

罷正

---

26 腳 Bàn chân

榜正

27	皮膚	Da 呀
28	頭髮	Đầu tóc 老惰

(6) 喜歡　Thích 疼

1	我很喜歡這個	Tôi thích cái này 多疼概乃
2	我不喜歡這個	Tôi không thích cái này 多空疼概乃
3	你喜歡這個嗎？	Anh thích cái này không? 安疼概乃空
4	你喜歡哪個？	Anh thích cái nào? 安疼概給空
5	你喜歡什麼顏色？	Anh thích màu gì? 安疼毛以
6	我喜歡粉紅色	Tôi thích màu hồng 多疼毛哄

7 你喜歡什麼季節？ Anh thích mùa nào?

安疼母腦

---

8 我喜歡春天 Tôi thích mùa xuân

多疼母生

---

9 我喜歡小孩子 Tôi thích trẻ con (=con nít)

多疼姐郭（= 郭嫩）

---

10 我喜歡越南 Tôi thích Việt Nam

多疼影南

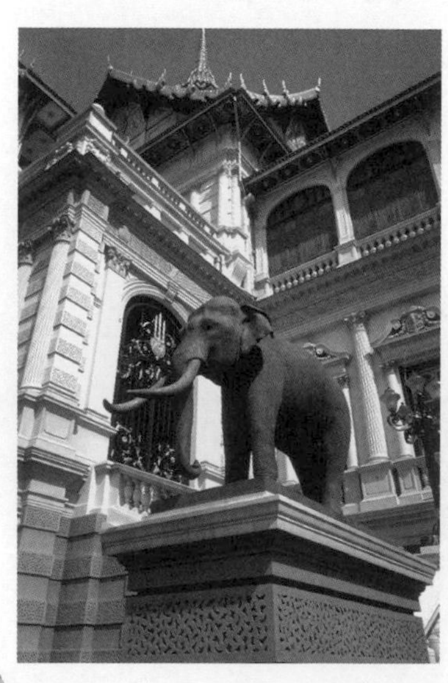

第七章

日常會話

Hội thoại thường ngày

和妥疼壞

（1）祝賀話語　Lời nói chúc mừng
了諾晝猛

1	恭喜，恭喜	Chúc mừng, chúc mừng 祝猛祝猛
2	恭喜發財	Chúc phát tài 晝法歹
3	新年好	Chúc mừng năm mới 晝猛南麼
4	祝你新年快樂	Chúc mừng năm mới 晝猛南麼
5	祝你生日快樂	Chúc anh sinh nhật vui vẻ 晝安身影威耶
6	祝你聖誕節快樂	Chúc anh nô-en vui vẻ 晝安挪也威爺

7	恭喜你生了小寶寶	Chúc mừng anh thêm một đứa bé 晝猛安添抹冷別
8	恭喜你結婚	Chúc mừng anh kết hôn 晝猛安給呵
9	恭喜你考上大學	Chúc mừng anh thi đậu đại học 晝猛安梯老來好
10	恭喜你考上高中	Chúc mừng anh thi đậu trung học 晝猛安梯老中好

配合 MP3 活學活用，發揮強大的學習效果！

（2）電話應對 Nói điện thoại

諾領妥

1 我是阮文 Tôi là Nguyễn văn

多喇營央

2 您是哪一位？ Anh là ai?

安喇挨

3 您打錯電話了 Anh gọi lộn số điện thoại rồi

安弱羅朔領妥惹

4 我找黎先生 Tôi muốn kiếm anh Lê

多夢跟安列

5 請等一下 Xin đợi một chút

申了抹晝

6 這是找你的電話 Điện thoại này kiếm anh

領妥乃跟安

7	阮先生在嗎？	Anh Nguyễn có ở nhà không? 安營過兒亞空
8	他出去了	Anh ấy đi ra ngoài rồi 安愛勒呀軟惹
9	你要留話嗎？	Anh có muốn nhắn gì không? 安過夢央央以空
10	不用，我會再打過來	Khỏi, một lát nữa tôi lại gọi qua 括抹浪能多來弱蛙
11	對不起，我打錯了	Xin lỗi, tôi gọi lộn số điện thoại rồi 申羅多弱裸朔領妥惹

12 請說慢一點 Xin nói chậm một chút

申諾展抹晝

---

13 請問你貴姓大名？ Xin hỏi quý danh?

申何貴煙

---

14 我想打電話回台灣 Tôi muốn gọi điện thoại về Đài Loan

多夢惹領妥也來朗

---

15 我要打國際電話 Tôi muốn gọi điện thoại quốc tế

多夢惹領妥翁爹

---

16 電話佔線中 Điện thoại đang bận máy

領妥朗崩賣

---

17 電話掛斷了 Điện thoại cúp rồi

領妥郭惹

（3）感謝邀請　Cảm ơn chào mời

感恩找麼

1	時間不早了，我該走了	Muộn rồi, tôi phải đi thôi 夢惹多乏力拓
2	謝謝你的招待	Cảm ơn anh tiếp đãi 感俄安定來
3	今天的菜真是太豐富了	Đồ ăn bữa nay phong phú quá 裸骯不乃風富襪
4	你做的菜真好吃	Anh nấu đồ ăn ngon quá 安鬧裸骯弱襪
5	太麻煩你了	Cảm phiền anh quá 感風安襪

6	不要送我了	Không cần tiễn tôi 通梗頂多
7	你真好！	Anh tốt quá! 安惰襪
8	太感謝你了！	Cảm ơn anh nhiều! 感俄安有
9	我剛好有事不能去	Tôi đang có việc không đi được 多朗過影空勒冷
10	我下次一定會去看你	Lần sau tôi nhất định sẽ đi thăm anh 冷稍多應冷些勒貪安

（4）招待客人　Tiếp đãi khách khứa 定來看刻

1	請進	Mời vào 麼咬
2	請坐	Mời ngồi 麼弱
3	請喝茶	Mời dùng trà 麼永雜
4	請吃東西	Mời ăn 麼骯
5	請用餐	Mời dùng cơm 麼永哥
6	請往這邊走	Mời đi hướng bên này 麼勒橫邊乃
7	請等一會兒	Xin đợi một chút 申了抹晝

8	請隨便坐	Mời ngồi 麼惹
9	請不要拘束	Xin cứ tự nhiên 申更等應
10	歡迎！歡迎！	Hoan nghênh! hoan nghênh! 荒連荒連
11	下次請再來	Lần sau mời lại đến chơi 冷稍麼來練這
12	請不要客氣	Xin đừng khách khí 申冷看起
13	今天有客人來	Bữa nay có khách đến 不乃過看練
14	去幫客人倒茶	Đi rót trà giùm khách 勒惹雜永看
15	請問你找誰？	Xin hỏi anh muốn kiếm ai? 申何安夢更艾

(5) 節日 Ngày Tết 壞電

1	過年我要回台灣	Tết tôi phải về Đài-Loan 電多肥也來朗
2	除夕夜全家一起吃團圓飯	Đêm giao thừa cả nhà cùng ăn cơm đoàn viên 連要疼軋亞共骯哥朗應
3	新年好	Chúc mừng năm mới 晝猛南麼
4	在越南過年要吃四方粽	Ở Việt Nam Tết phải ăn bánh trưng 兒影南蛙電肥骯半爭
5	去朋友家拜年	Đi nhà bạn chúc Tết 勒亞榜晝電

6	去花市買桃花	Đi chợ hoa mua hoa đào 勒者花模花老
7	外面放鞭炮很熱鬧	Ngoài kia có bắn pháo bông rất náo nhiệt 軟給過棒彷崩仍鬧影
8	過節要拜祖先	Tết phải cúng tổ tiên (=ông bà) 電乏共奪丁 (= 哦把)
9	中秋節一起去賞月	Tết Trung Thu cùng đi ngắm trăng 電中偷共力冉張
10	我們來烤肉	Tụi mình đi nướng thịt nha 堆門勒能疼
11	我們去吃聖誕大餐	Tụi mình đi ăn bữa tiệc lớn mừng nô-en 堆門勒骯頂樂猛挪也

12 **買生日蛋糕幫你慶生** Mua bánh ga tô chúc mừng sinh nhật bạn

母半讓多祝孟生應榜

TRAVEL TIPS

◎旅遊須知

到越南旅遊有一些是旅客不可不注意的事項，提醒各位留心，以免遺憾。

越南海關規定個人如果攜帶超過美金三千元的外幣入境，必須詳實填寫在「入出境申請單」上申報，如果沒有據實辦理，而被海關查獲，超過美金三千元以上的部分將會被沒收，還會被處罰。若攜帶照相機等攝影器材入境，也要確實申報，表示是個人物品，不會留置越南，否則會遭到海關人員刁難。

由於越南的衛生條件較差，因此冰品、生菜等最好盡量避免食用，以免腸胃不適。生水不可生飲，最好買礦泉水飲用。

越南是共產國家，公安系統嚴密，但對外國人的搶案、竊案仍不少見，尤其是採用飛車搶奪方式更須小心，因此儘量不要將重要證件，如護照放在側背的皮包裡，錢財等貴重物品盡可能不要離身。

近年來台灣迎娶越南新娘的風氣盛行，但與越南人結婚時必須注意男方應滿二十歲，女方則應滿十八歲，以免觸法，此外，結婚前最好先進行健康檢查。

節日篇（陰曆）

Bài Le Tết (Âm Lịch)

列電（暗冷）

中文	越南文	拼音
1月1日（春節）	Mồng 1 tháng giêng (=Tết Nguyên đán= Tết Ta)	蜢抹趟應（=電潤浪=電搭）
1月7日（開工節）	Mồng 7 tháng giêng (Le khai hạ) (=Lễ khai thổ)	蜢白趟應（列開哈）(=列開駝）
1月15日（元宵節）	15 tháng giêng (=Tết Nguyên tiêu)(= Rằm tháng giêng)	猛蘭趟應（=電潤丟）（=然趟晶）
春分後15日（清明節）	15 ngày sau lập xuân (Tết Thanh Minh)	猛藍愛稍蘭聲（電灘門）

5月5日 （端午節）	Mồng 5 tháng 5 (Tết Đoan Ngọ)	蜢南趟南 （電朗惹）
7月7日 （七夕）	Mồng 7 tháng 7 (=Lễ bảy sao chức nữ)	蜢白趟白 （=列白稍正能）
7月15日 （中元節）	15 tháng 7 (Tết Trung Nguyên) (= Rằm tháng bảy)	猛蘭趟白 （=電中潤） （=然趟百）
8月15日 （中秋節）	15 tháng 8 (Tết Trung Thu)	猛蘭趟旦 （電中偷）
9月9日 （重陽節）	Mồng 9 tháng 9 (Tết Trùng Cửu)	蜢真趟真 （電腫枸）
12月30日 （除夕）	30 tháng 12 (Giao Thừa)	巴猛趟猛嗨 （邀疼）

節日篇（陽曆）

Bài Lễ Tết (Dương Lịch)

電（英冷）

中 文	越南文	拼 音
1月1日 （新年）	1 tây tháng giêng (Tết Tây) (=Tết Dương Lịch)	抹呆趟應（電呆） (= 電應冷）
4月30日 （胡志明市解放紀念日）	30 tây tháng 4 (Kỷ niệm Thành Phố Hồ Chí Minh giải phóng)	巴猛呆趟登 （給您坦佛和賊門崖風）
5月1日 （勞動節）	1 tây tháng 5 (Lễ Lao động)	抹呆趟南 （列勞隴）
9月2日 （國慶日）	2 tây tháng 9 (Ngày Quốc Khánh)	嗨呆趟真 （壤郭看）

 配合 MP3 反覆練習，收「聽」、「說」雙重效果！

（6）東西壞了　Đồ vật hư rồi
裸影亨惹

1	**這個電話壞了**	Điện thoại này hư rồi 領妥乃亨惹
2	**這個電視壞了**	Ti vi(= vô tuyến) này hư rồi 弟意乃亨惹（= 福定乃亨惹）
3	**這個冷氣壞了**	Máy lạnh này hư rồi 賣覽乃亨惹
4	**這個冰箱壞了**	Tủ lạnh này hư rồi 斗覽乃亨惹
5	**這個電腦壞了**	Máy vi tính này hư rồi 賣意登乃亨惹
6	**這個收音機壞了**	Máy ra-đi-ô này hư rồi 賣瑞一勒一喔乃亨惹

7	**這個照相機壞了**	Máy chụp hình này hư rồi 賣主很乃亨惹
8	**這個瓦斯爐壞了**	Bếp ga này hư rồi 別讓乃亨惹
9	**這個電扇壞了**	Cây quạt máy này hư rồi 該瓦賣乃亨惹
10	**這個電燈壞了**	Cây đèn này hư rồi 該兩乃亨惹
11	**這個電梯壞了**	Thang máy này hư rồi 湯賣乃亨惹

搭配 MP3 學習效果加倍，發音標準、開口流利！

家電用品篇

Bài đồ điện gia dụng

百裸煩亞永

中文	越南文	拼音
電話	Điện thoại	領妥
電視	Vô tuyến (=ti vi)	否定 (= 得一)
冷氣	Máy lạnh	賣覽
冰箱	Tủ lạnh	斗覽
洗衣機	Máy giặt đồ	賣養
電腦	Vi tính	否登
收音機	Máy thu thanh (=ra-đi-ô)	賣偷灘 (= 拉 - 勒 - 喔)
照相機	Máy chụp hình (=máy chụp ảnh)	賣主很 (= 賣捉安)

瓦斯爐	Bếp ga	別嘎
電扇	Quạt máy	瓦賣
電燈	Đèn điện	兩領
飯鍋	Nồi cơm	挪哥
烤麵包機	Lò nướng bánh mì	裸能半美
熱水瓶	Bình thủy	本頹
飲水機	Máy đun nước	賣隴能
吹風機	Máy sấy tóc	賣塞惰
吸塵器	Máy hút bụi	賣烘卜
攝影機	Máy quay phim	賣歪分
電梯	Thang máy	湯賣

（7）形容詞　Tính từ 登等

1	這間房子很大	Căn nhà này lớn quá 崗亞乃樂襪
2	這顆蘋果很小	Trái bom này nhỏ quá 債玻乃唷襪
3	這件棉被很輕	Tấm mền này nhẹ quá 但滿乃也襪
4	這顆石頭很重	Viên đá này nặng quá 英拉乃難襪
5	這棟大樓很高	Nhà lầu này cao quá 亞老乃高襪

多聽 MP3，熟悉語調！

6	這個地方很低窪，下雨會淹水	Nơi (=chỗ) này thấp quá, trời mưa sẽ ngập nước 呢(=卓)乃踏襪，者模協染能
7	打開燈就很亮	Mở đèn sẽ rất sáng 摩倆些仍上
8	晚上天空變暗	Ban đêm trời trở tối 幫連者折惰
9	車子開得很快	Lái xe rất nhanh 賴些仍煙
10	我走路很慢	Tôi đi bộ rất chậm 多勒跛仍展
11	這條項鍊很貴	Sợi dây chuyền này rất mắc 捨崖景乃仍忙襪

12 **這件衣服很便宜** Quần áo này rất rẻ

穩傲乃仍爺

---

13 **路邊的風景很美** Cảnh bên đường đẹp quá

敢邊冷臉襪

---

14 **他長得很英俊** Anh ấy đẹp trai quá!

安艾臉齋襪

---

15 **他長得很醜** Anh ấy xấu quá!

安艾紹襪

---

16 **他的心地善良** Bụng dạ anh ấy hiền lành

崩亞安艾很覽

透過 MP3，用聽覺學習，效果最快！

形容詞

Tính từ

登等

中 文	越 南 文	拼 音
大	Lớn	樂
小	Nhỏ	唷
輕	Nhẹ	也
重	Nặng	難
高	Cao	高
低	thấp	踏
亮	Sáng	尚
暗	Tối	惰
快	Nhanh	央

慢	chậm	展
貴	Mắc	忙
便宜	Rẻ	爺
美	Đẹp	臉
醜	Xấu	紹
英俊	Đẹp trai	臉齋
善良	Hiền lành (=hiền thảo =lương thiện)	很覽 (= 很桃 = 冷庭)
邪惡	Ác	盎
胖	Mập	瞞

瘦	Ốm	哦
老	Già	亞
年輕	Trẻ	節
強壯	Mạnh mẽ	滿滅
孱弱	Ốm yếu	哦幼
冷	Lạnh	覽
熱	Nóng	弄
好	Tốt	惰
壞	Hư	亨

顏色篇

Bài màu sắc

百毛上

中文	越南文	拼音
白色	Màu trắng	毛丈
黑色	Màu đen	毛諒
紅色	Màu đỏ	毛羅
藍色	Màu xanh lam	毛山蘭
黃色	Màu vàng	毛養
粉紅色	Màu hồng	毛哄
綠色	Màu xanh lá cây	毛山拉該
橘色	Màu da cam	毛呀乾
紫色	Màu tím	毛丁
咖啡色	Màu nâu	毛惱

（8）方位用語 Từ chỉ phương hướng 等基風橫

1	在這邊	Ở bên này(=ở chỗ này) 兒邊乃（= 兒卓乃）
2	在那邊	Ở bên kia(=ở chỗ kia) 兒邊給（= 兒卓給）
3	在左邊	Ở bên tay trái 兒邊呆再
4	在右邊	Ở bên tay phải 兒邊呆乏
5	左轉	Quẹo trái 郭再
6	右轉	Quẹo phải 郭乏

7 前面 Đằng trước
朗正

---

8 後面 Đằng sau
朗稍

---

9 上面 Ở trên
兒間

---

10 下面 Ở dưới
兒硬

---

11 東邊 Phía đông
廢龍

---

12 西邊 Phía tây
廢呆

13	南邊	Phía nam 廢南
14	北邊	Phía bắc 廢棒
15	很遠	Xa lắm 撒爛
16	很近	Gần lắm 扔爛
17	在裡面	Ở bên trong 兒邊中
18	在外面	Ở bên ngoài 兒邊軟
19	中間	Ở giữa 兒惹

20 在隔壁 Ở kế bên

兒個邊

---

21 在對面 Ở đối diện

兒落影

---

22 靠近 Kế cận

個梗

---

23 往前 Hướng đằng trước

橫朗正

---

24 往後 Hướng đằng sau

橫朗稍

透過 MP3，用聽覺學習，效果最快！

（9）我的家 Nhà của tôi 亞骨多

1	公寓	Chung cư 中耕
2	大廈	Tòa nhà 奪亞
3	平房	Nhà bình 亞本
4	別墅	Biệt thự (=nhà vi-la) 丙疼 (= 亞意拉)
5	花園	Vườn hoa (=vườn bông) 影花 (= 影崩)
6	陽台	Ban công 幫公

7	客廳	Phòng khách 風看
8	臥房	Phòng ngủ 風柔
9	廚房	Nhà bếp 亞便
10	餐廳	Phòng ăn 風骯
11	書房	Phòng sách 風善
12	車庫	Ga ra 嘎拉

13	樓梯	Cầu thang 夠湯
14	浴室	Nhà tắm 亞但
15	窗戶	Cửa sổ 格爍
16	大門	Cửa chính 格鎮
17	地板	Sàn nhà 商亞
18	天花板	Trần nhà 爭亞

 加油！加油！每天都有進步！

第八章

生活情境

Hoàn cảnh sinh hoạt

黃敢身航

（1）好不好？ Được không?
冷空

1	一起去逛街，好不好？	Cùng đi dạo phố, được không? 共勒咬佛冷空
2	一起去吃飯，好不好？	Cùng đi ăn cơm, được không? 共勒骯哥冷空
3	一起去看電影，好不好？	Cùng đi coi phim, được không? 共勒郭分冷空
4	一起去散步，好不好？	Cùng đi tản bộ, được không? 共勒單玻冷空

5	一起去兜風，好不好？	Cùng đi hóng gió, được không? 共勒烘喑冷空
6	一起去唱歌，好不好？	Cùng đi hát, được không? 共勒航冷空
7	一起去市場，好不好？	Cùng đi chợ, được không? 共勒者冷空
8	一起去買菜，好不好？	Cùng đi mua rau, được không? 共勒母繞冷空

9 一起去逛夜市，好不好？

Cùng đi chơi chợ đêm, được không?

共勒這者連冷空

---

10 一起去游泳，好不好？

Cùng đi bơi, được không?

共勒玻冷空

---

11 一起去拍照，好不好？

Cùng đi chụp hình, được không?

共勒主很冷空

---

12 一起去看夜景，好不好？

Cùng đi ngắm cảnh đêm, được không?

共勒然敢連冷空

MP3-55

（2）找地方 Kiếm chỗ
耕卓

1 這附近有廁所嗎？ Gần đây có nhà vệ sinh (=Toa lét) không?

扔賴過亞爺生（= 多練）空

---

2 這附近有公共電話嗎？ Gần đây có điện thoại công cộng không?

扔賴過領妥公公空

---

3 這附近有銀行嗎？ Gần đây có ngân hàng không?

扔賴過扔行空

---

4 這附近有郵局嗎？ Gần đây có bưu cục không?

扔賴過保共空

跟著 MP3 多聽多學，學習效果超強！

5 這附近有警察局嗎？ Gần đây có đồn công an không?

扔賴過褓公安空

---

6 這附近有車站嗎？ Gần đây có bến xe không?

扔賴過便些空

---

7 這附近有藥局嗎？ Gần đây có nhà thuốc không?

扔賴過亞痛空

---

8 這附近有醫院嗎？ Gần đây có bệnh viện không?

扔賴過扁影空

---

9 這附近有美容院嗎？ Gần đây có thẩm mỹ viện không?

扔賴過談眉影空

---

10 這附近有電影院嗎？ Gần đây có rạp chiếu bóng không?

扔賴過壞就崩空

11 這附近有百貨公司嗎？ Gần đây có công ty bách hóa không?

扔賴過工得半話空

12 這附近有餐廳嗎？ Gần đây có nhà hàng không?

扔賴過亞骯空

13 這附近有旅館嗎？ Gần đây có quán trọ không?

扔賴過忘左空

14 這附近有超市嗎？ Gần đây có siêu thị không?

扔賴過修腿空

 配合 MP3 反覆練習，收「聽」、「說」雙重效果！

（3）我想去　Tôi muốn đi

多夢勒

1 我想去郵局　Tôi muốn đi bưu cục

多夢勒不共

2 我想去銀行　Tôi muốn đi ngân hàng

多夢勒扔行

3 我想去醫院　Tôi muốn đi bệnh viện

多夢勒扁影

4 我想去超市　Tôi muốn đi siêu thị

多夢勒修腿

5 我想去便利商店　Tôi muốn đi cửa hàng tiện lợi

多夢勒更航頂了

6 我想去電影院　Tôi muốn đi rạp chiếu bóng

多夢勒壤就崩

7	我想去百貨公司	Tôi muốn đi công ty bách hóa 多夢勒工得半話
8	我想去美容院	Tôi muốn đi thẩm mỹ viện 多夢勒談眉營
9	我想去看病	Tôi muốn đi khám bệnh 多夢勒看扁
10	我想去買菜	Tôi muốn đi mua rau 多夢勒模繞
11	我想去剪頭髮	Tôi muốn đi cắt tóc 多夢勒槓惰
12	我想去燙頭髮	Tôi muốn đi uốn tóc 多夢勒翁惰

13 我想去倒垃圾　Tôi muốn đi đổ rác

多夢勒羅讓

（4）買食物　Mua đồ ăn
模裸軌

1 你要買什麼？　Anh muốn mua cái gì?

安夢模概以

2 我要買牛奶　Tôi muốn mua sữa bò

多夢模十跛

3 我要買果汁　Tôi muốn mua nước trái cây

多夢模能債該

4 我要買雞蛋　Tôi muốn mua trứng gà (=hột gà)

多夢模正嘎（= 火嘎）

5 我要買麵包　Tôi muốn mua bánh mì

多夢模半美

6 我要買蘋果　Tôi muốn mua trái bom

多夢模摘玻

7 我要買橘子 Tôi muốn mua trái quít

多夢模債問

---

8 我要買豬肉 Tôi muốn mua thịt heo

多夢模疼蒿

---

9 我要買雞肉 Tôi muốn mua thịt gà

多夢模疼壞

---

10 我要買魚 Tôi muốn mua cá

多夢模尬

生活化的內容，越南文很 Easy，學習好 Happy ！

（5）有沒有賣 Có bán không 過棒空

1	有沒有賣香煙？	Có bán thuốc hút không? 過棒痛候空
2	有沒有賣打火機？	Có bán hộp quẹt ga không? 過棒火往讓空
3	有沒有賣底片？	Có bán phim chụp hình không? 過棒分主很空
4	有沒有賣電池？	Có bán pin không? 過棒賓空
5	有沒有賣香皂？	Có bán xà phòng thơm không? 過棒骰風特空

6	有沒有賣牙膏？	Có bán kem đánh răng không? 過棒甘爛讓空
7	有沒有賣地圖？	Có bán bản đồ không? 過棒榜裸空
8	有沒有賣報紙？	Có bán báo không? 過棒報空
9	有沒有賣郵票？	Có bán tem không? 過棒顛空
10	有沒有賣信紙？	Có bán giấy viết thư không? 過棒崖硬疼空
11	有沒有賣手套？	Có bán bao tay không? 過棒包呆空

12	有沒有賣口罩？	Có bán khẩu trang không? 過棒口將空
13	有沒有賣刮鬍刀？	Có bán dao cạo râu không? 過棒要稿饒空
14	有沒有賣指甲剪？	Có bán dao cắt móng tay không? 過棒要槓夢呆空
15	有沒有賣咖啡？	Có bán cà phê không? 過棒尬啡空
16	有沒有賣啤酒？	Có bán bia không? 過棒逼空
17	有沒有賣汽水？	Có bán nước ngọt không? 過棒能惹空

18 有沒有賣果汁？ Có bán nước trái cây không?

過棒能債該空

---

19 有沒有賣麵包？ Có bán bánh mì không?

過棒半美空

（6）多少錢　Bao nhiêu tiền

包優頂

1	這個多少錢？	Cái này bao nhiêu tiền? 概乃包優頂
2	這個怎麼賣？	Cái này bán thế nào? 概乃棒鐵腦
3	這個價格是多少？	Cái này giá tiền là bao nhiêu? 概乃亞頂喇包優
4	一共多少錢？	Tổng cộng bao nhiêu tiền? 共包優頂
5	一個多少錢？	Một cái bao nhiêu tiền? 抹概包優頂
6	一斤多少錢？	Một kí bao nhiêu tiền? 抹給包優頂

7	一個人要多少錢？	Một người bao nhiêu tiền? 抹扔包優頂
8	門票一張多少錢？	Một tấm vé bao nhiêu tiền? 抹旦業包優頂
9	這個東西很貴	Cái này mắc quá 概乃忙襪
10	這個東西很便宜	Cái này rẻ quá 概乃爺襪
11	我先看看再說	Tôi xem trước mới nói sau 多先正麼諾稍
12	有沒有優惠？	Có ưu đãi không? 過歐來空

（7）上速食店　Quán ăn nhanh

忘骯央

1	你要吃什麼？	Anh muốn ăn cái gì? 安夢骯概以
2	我想吃漢堡、薯條	Tôi muốn ăn bánh mì hamburger, khoai tây chiên 多夢骯半美航玻葛、快呆競
3	我想吃炸雞	Tôi muốn ăn gà chiên 多夢骯嘎爭
4	我想吃三明治	Tôi muốn ăn bánh mì sandwich 多夢骯伴美撒惠
5	我想吃熱狗	Tôi muốn ăn xúc xích 多夢骯送慎

國家圖書館出版品預行編目資料

用中文說越南語 / Nguyen Kim Nga · 陳依僑 合著,
增訂1版. -- 新北市 : 哈福企業, 2023.04
面； 公分. --(越南語系列: 13)
ISBN 978-626-97124-1-0 (平裝)
1.越南語 2.會話
803.7988

免費下載QR Code音檔
行動學習，即刷即聽

用中文說越南語
(附 QR Code 線上學習音檔)

作者／ Nguyen Kim Nga · 陳依僑
責任編輯／ Lisa Wang
封面設計／李秀英
內文排版／ 林樂娟
出版者／哈福企業有限公司
地址／新北市淡水區民族路 110 巷 38 弄 7 號
電話／ (02) 2808-4587
傳真／ (02) 2808-6545
郵政劃撥／ 31598840
戶名／哈福企業有限公司
出版日期／ 2023 年 4 月（增訂 1 版）再版二刷／ 2024 年 4 月
台幣定價／ 349 元 (附 QR Code 線上 MP3)
港幣定價／ 116 元 (附 QR Code 線上 MP3)
封面內文圖 / 取材自 Shutterstock

全球華文國際市場總代理／采舍國際有限公司
地址／新北市中和區中山路 2 段 366 巷 10 號 3 樓
電話／ (02) 8245-8786
傳真／ (02) 8245-8718
網址／ www.silkbook.com 新絲路華文網

香港澳門總經銷／和平圖書有限公司
地址／香港柴灣嘉業街 12 號百樂門大廈 17 樓
電話／ (852) 2804-6687
傳真／ (852) 2804-6409

email ／ welike8686@Gmail.com
facebook ／ Haa-net 哈福網路商城

電子書格式：PDF